நோய் தீர்க்கும் இசை

நோய் தீர்க்கும் இசை

டாக்டர். டி.வி. சாய்ராம்

தமிழில்: **விஜயா ராஜு**

நலம்

நோய் தீர்க்கும் இசை
Noi Theerkkum Isai
Dr. T. V. Sairam ©

First Edition: December 2009
136 Pages

ISBN 978-81-8493-320-8
Title No. Nalam 73

Nalam
177/103, First Floor,
Ambal's Building, Lloyds Road,
Royapettah, Chennai 600 014.
Ph: +91-44-4200-9601
Email : support@nhm.in
Website : www.nhm.in

Nalam is an imprint of New Horizon Media Private Limited

உள்ளே

1

இசையே மருந்து

'உங்களுக்கு என்ன பிரச்னை?'

தனக்கு எதிரே சோகமே உருவாக உட்கார்ந்திருந்த நபரிடம் கனிவாக விசாரித்தார் மருத்துவர்.

வந்தவர் மிக வருத்தத்தோடு ஆரம்பித்தார். 'கொஞ்ச நாளா என் மனசில உற்சாகமே இல்ல டாக்டர். நான் சந்தோஷமா இருந்தே பல காலம் ஆயிடுச்சு. எதுக்குடா இந்த வாழ்க்கைன்னு வெறுப்பும் விரக்தியும்தான் வருது. சில சமயங்கள்ல தற்கொலை பண்ணிக்கலாம்னுகூட தோணுது...'

மேற்கொண்டு அவர் சொன்ன அறிகுறிகளை எல்லாம் கவனமாகக் குறிப்பு எடுத்துக்கொண்டார் மருத்துவர். மனச்சோர்வால் பாதிக்கப்படுவதற்கு என்னென்ன காரணங்கள் இருக்கின்றன என்பதையும் அவற்றில் இருந்து விடுபடுவதற்கான ஆலோசனைகளையும் எடுத்துச் சொன்னார். இறுதியில் அவரிடம் ஒரு பிரிஸ்கிரிப்ஷனையும் எழுதி நீட்டினார்.

அந்த பிரிஸ்கிரிப்ஷனைப் பார்த்த நோயாளி அதிர்ந்து போனார். அதில் என்ன எழுதப்பட்டிருந்தது தெரியுமா..?

இளையராஜாவின் திருப்புகழ் - காலை, இரவு என இரு வேளையும் கேட்கவும்...

ஹம்ஸத்வனி, ஸங்கராபரணம் ஆகிய ராகங்களில் அமைந்த பாடல்களை மூன்று வேளையும் கேட்கவும்...

- இப்படியாகத்தான் இருந்தது அந்த பிரிஸ்கிரிப்ஷன். நோயாளிக்குப் பயங்கர கோபம், டென்ஷன்.

'என்ன டாக்டர் விளையாடறீங்களா...? நீங்க ஒரு சங்கீத ரசிகரா இருக்கலாம். அதுக்காக மருந்துச்சீட்டிலேயும் இப்படி எழுதறது நல்லா இல்ல' என்று படபடவெனப் பொரிந்தார்.

அவர் பேசுவதை அமைதியாகக் கேட்டுக்கொண்டிருந்த மருத்துவர், 'உங்க பிரச்னைக்கு மருந்தே இந்த இசைக் குறிப்புகள்தான். தொடர்ச்சியா இதைக் கேட்டுட்டே வந்தீங்கன்னா மனச்சோர்வு உங்க பக்கமே வராது' என்றார்.

இதைப் படித்துக்கொண்டிருக்கும் உங்களுக்கு, இது ஒரு நகைச்சுவைத் துணுக்கு போலவோ அல்லது கற்பனைக் கதைபோலவோ தோன்றும். ஆனால், இசை நாடாக்களையே மருந்துகளாகவும், இசையையே ஒரு மருத்துவ முறையாகவும் பயன்படுத்தக்கூடிய நாள் வெகு விரைவில் வரப் போகிறது என்பதுதான் உண்மை.

'மியூசிக் தெரபி' என்ற புதிய மருத்துவப் பிரிவு வேகமாக உருவாகிக்கொண்டிருப்பதே இதற்குச் சான்று.

இசை மருத்துவம் அல்லது இசைச் சிகிச்சை - இந்த வார்த்தையைக் கேட்டாலே பெரும்பாலானவர்களுக்கு விசித்திரமாகவும் ஆச்சரியமாகவும் தோன்றும். இசையையும் மருத்துவத்தையும் எப்படி தொடர்புபடுத்த முடியும் என்பதே அவர்களின் மனத்தில் அடிநாதமாக ஒலிக்கிற கேள்வி. இதற்கான பதில்தான் இந்தப் புத்தகமாகவே உருவாகி இருக்கிறது.

என்றாலும், இசைக்கும் மருத்துவத்துக்குமான தொடர்பை முதல் அத்தியாயத்திலேயே எளிமையாகப் புரிந்துகொள்வது இந்தப் புத்தகத்தின் சாராம்சத்தை முழுமையாக உள்வாங்கிக் கொள்ள உதவும்.

இசை என்பது ஒரு கலை வடிவம். மருத்துவம் என்பது அறிவியலில் உள்ள ஒரு பிரிவு. பொதுவாக, கலையும் அறிவியலும் எப்போதுமே நெருக்கமான தொடர்பில்தான் இருக்கின்றன.

ஒலிப்பதிவிலும் ஒலியின் வெளியீட்டிலும் கண்டுபிடிக்கப் பட்டுள்ள நவீன தொழில்நுட்பங்கள் இசை என்கிற கலையைச் செழுமையாகவும் செறிவாகவும் மேம்படுத்தி யிருக்கின்றன. வடிவமைப்பிலும் கிராபிக்ஸிலும் வந்திருக் கும் புதிய தொழில்நுட்பங்கள், ஓவியக் கலையை நவீன தளத்துக்குக் கொண்டு போயிருக்கின்றன.

இதற்குப் பிரதிபலனாக, அறிவியலின் மேம்பாட்டுக்குக் கலை கை கொடுத்து உதவியிருக்கிறதா...?

'நிச்சயமாக உதவியிருக்கிறது' என்று உரக்கச் சொல்ல முடியும். அதற்கான அழுத்தமான அடையாளம்தான் இசை மருத்துவம் என்பது.

இசைக்கும் மனித மனத்துக்கும் உணர்வுகளுக்கும் உள்ள நெருக்கமான தொடர்புதான் இசை மருத்துவத்தின் அடிப் படையாக அமைந்திருக்கிறது. இசை நம்மை அழ வைக் கிறது; ஆவேசம் கொள்ள வைக்கிறது; அமைதிப்படுத்து கிறது; காதலைக் கற்றுத் தருகிறது; சந்தோஷத்தைப் பற்ற வைக்கிறது.

நம் தினசரி வாழ்க்கையிலேயே இதற்கான உதாரணங்களைப் பார்க்க முடியும். நமக்கு மிகவும் பிடித்த தலைவர் ஒருவர் இறந்துபோயிருப்பார். அவர் மறைந்த துக்கத்தை அனுஷ்டிக் கும் விதமாக வானொலியில் சோக கீதம் இசைப்பார்கள். ஷெனாய் என்ற இசைக்கருவியின் வழியே வழியும் அந்த உருக்கமான இசையைக் கேட்கும்போது ஏற்படும் சோக உணர்வானது, தலைவர் இறந்த துக்கத்தைவிட அதிகமான தாக இருக்கும்.

சில சமயங்களில், நாம் மேற்கொண்ட முயற்சி கைகூடாமல் அல்லது நமது திட்டம் பலன் அளிக்காமல் சோர்வான மனநிலையில் இருக்கும்போது நமக்குப் பிடித்த பாடல் ஒலிக்கும். அந்தப் பாடலைக் கேட்டதும் நம் மனத்தில் உற்சாகமும், எதையாவது சாதிக்க வேண்டும் என்கிற உத்வேகமும் ஏற்படுவதை நீங்கள் உணர்ந்திருப்பீர்கள்.

உதாரணத்துக்கு, 'ஊமை விழிகள்' படத்தில் வரும் 'தோல்வி நிலையென நினைத்தால்' என்ற பாடலைக் குறிப்பிடு கிறேன்.

இதேபோல், 'கண்கள் இரண்டால்' என்ற பாடலைக் கேட்கும் போது காதல் உணர்வும், 'தாய் மண்ணே வணக்கம்' என்ற பாடலைக் கேட்கும்போது நாட்டின் மீதான பற்றும், 'உள்ளத்தில் நல்ல உள்ளம் உறங்காது' என்ற பாடலைக் கேட்கும்போது சோகமும், 'உள்ளம் உருகுதய்யா' என்ற பாட்டைக் கேட்டால் பக்தி ரசமும் (ஒரு புரிதலுக்காகத்தான் ஜனரஞ்சகமான சினிமா பாடல்களைக் குறிப்பிட்டிருக் கிறேன். இவற்றின் பின்னணியில் உள்ள ராகம்தான் இந்த உணர்வுகளைத் தட்டி எழுப்புவதில் முக்கியப் பங்கு வகிக்கிறது) நம்முள் பொங்கிப் பெருகுவதை நம்மால் உணர முடியும்.

இசைக்கும் நமது மன உணர்வுகளுக்கும் இடையே ஆழமான பந்தம் இருக்கிறது என்பதைத்தான் மேற்சொன்ன உதாரணங்கள் புரியவைக்கின்றன.

மனித மனத்துக்கும் உடலுக்கும் உள்ள தொடர்பு பற்றி உங்களுக்குத் தெரியும். உடல் பாதிக்கப்பட்டால் அதன் விளைவாக மனம் பாதிக்கப்படுவதும், மனத்தில் ஏற்படும் பாதிப்புகளை உடல் பிரதிபலிப்பதுமாக இவை இரண்டுமே ஒன்றையொன்று சார்ந்திருக்கின்றன.

ஆக, மனத்துக்கும் உடலுக்கும் தொடர்பு இருக்கிறது; இசைக்கும் மனத்துக்கும் தொடர்பு இருக்கிறது. இசைக்கும் மனத்துக்கும் இடையே உள்ள தொடர்பைப் பயன்படுத்தி மனத்தில் தேவையான மாற்றங்களை ஏற்படுத்துவதன் மூலமாக உடலிலும் அதன் விளைவுகளைப் பிரதிபலிக்க வைக்கமுடியும் என்பதுதான் இசை மருத்துவத்தின் அடிப்படை தாத்பர்யம்.

இன்னும் அறிவியல் நுணுக்கமாகச் சொல்ல வேண்டும் என்றால், மூளையின் கட்டுப்பாட்டில் இருக்கும் நமது நரம்பு மண்டல அமைப்புக்குள் மிக நுட்பமான மின் அலைகள் உற்பத்தியாகிக்கொண்டே இருக்கின்றன. அந்த மின் அலைகள் மூலமாகவே மூளைக்கு செய்திகள் பரிமாறப்படு

கின்றன. மூளையில் இருந்து உடலின் எல்லா பாகங்களுக்கும் கட்டளைகள் போகின்றன.

இசை என்பது ஒலி அலைகளால் ஆனது என்பது உங்களுக்குத் தெரியும். மூளையின் அலைவரிசைக்கு ஏற்றவாறு இசையின் அலைவரிசை அமையும்போது நமது எண்ணங்களிலும் மனோநிலைகளிலும் பல்வேறு பாதிப்புகளை ஏற்படுத்து கிறது. ஒலியின் அலைவரிசையை மாற்றி அமைப்பதன் மூலமாக மூளையின் அலைவரிசையில் வேண்டிய தாக்கங் களை ஏற்படுத்தி தேவையான மாற்றங்களையும் ஏற்படுத்த முடியும் என்பது இசை மருத்துவத்தின் நம்பிக்கை.

இந்தப் புரிதலோடு அடுத்தடுத்த அத்தியாயங்களுக்குப் போகலாம். இசையின் மருத்துவ ரீதியான பலன்களைப் பார்க்கும் முன், இசையைப் பற்றிய அடிப்படையான அறிவு நமக்கு அவசியம் இல்லையா...?

எனவே, முதலில் இசையை அறிந்துகொள்வோம்.

2

இசை என்றொரு மகாசக்தி

‘மகத்துவமான சங்கீதத்தைக் கேட்கும் அரிய தருணத்தில் இருந்து மனிதனின் மகத்துவம் உருவாகிறது’

- ஆரோன் கோப்லேண்ட்

செவிக்கு இன்பத்தைத் தரும் த்வனிகளைக் கொண்ட ஒப்பற்ற கலையே சங்கீதம். சிரவண இந்திரியமான காதின் மூலமே இசை உட்ளே செல்கிறது. செவிப் புலன் இழந்தோரை வாழ்வில் பெரும் இழப்புக்கு ஆளானவர்கள் என்றே சொல்ல வேண்டும். இசையின் இன்பத்தை அனுபவிக்கும் பெரும் பாக்கியம் பெறாதவர்கள் அவர்கள். இசைக்கு ஆதாரம் ஒலி, த்வனி அல்லது சப்தம். ஆனால், எல்லா ஒலியும் இசையாகிவிட முடியாது. மனிதன் தனது அறிவாலும், சக்தியாலும், புத்திக் கூர்மை யாலும் வளர்த்த கலை, சங்கீதம். இசையின் தனிப் பெருமையும் அதுவே.

காந்தர்வ வேதம் என்று சொல்லப்படும் இசை, கண் ணுக்குப் புலப்படாதது. கண நேரத்தில் காற்றுடன் கலந்து யாதொரு அடையாளமும் இல்லாமல்

மறைகிறது. ஆனால், மற்ற கலைகளைப்போல் அல்லாமல், பாமரன் முதல் பண்டிதர் வரை மக்களை உணர்ச்சிவசப் படுத்துவதோடு, முற்றும் துறந்த யோகிகளையும்/முனிவர் களையும் தன் வசப்படுத்துவது இசையின் விசேஷம்.

சங்கீதம் என்பது ஒரு கட்டுப்பாட்டுக்குள் அடங்கிய கலை. ஸ்ருதியை அனுசரித்துப் பாட முயற்சி செய்வதும், காலப் பிரமாண சுத்தம் வழுவாது (தாளம் தப்பாகாமல்) பாட முயற்சிசெய்வதும் மனிதனுக்கு உயர்ந்த ஒழுக்கத்தை வாழ்வில் போதிக்கிறது.

லலித கலைகளில் முதன்மையானது மெல்லிசை அல்லது சங்கீதம். உன்னதமான இந்தக் கலையை ஒரு தனி மொழி என்றே சொல்லலாம். மன உணர்ச்சிகளையும் அதி நுட்ப மான கருத்துகளையும் வெளிப்படுத்தும் தனிச் சிறப்பு வாய்ந்த, தெய்வாம்சம் நிறைந்த கலை. நாதோபாசனை செய்பவரின் முகப் பொலிவும், ஒழுக்கமும், ஆரோக்கியமும் இதைக் காட்டுகிறது.

ஒலியில் இருந்து ஸ்ருதியும், ஸ்ருதியில் இருந்து ஸ்வரங் களும், ஸ்வரங்களில் இருந்து அழகான ராகங்களும் இசை வடிவமும் பெறுகின்றன.

சங்கீதமும் அதன் முக்கிய அம்சங்களும்

கேட்க, புரிந்துகொள்ள எளிதாகத் தோன்றும் இன்னிசை என்பது கற்பனைக்கு அப்பாற்பட்ட, வரையறையற்ற, கண்ணுக்குப் புலப்படாத, பிரம்மாண்ட சக்தியாக, புரிந்து கொள்ள முடியாத பல விந்தைகளைத் தன்னுள் அடக்கி, பல முரண்பாடுகளைக் கொண்டதாக உள்ளது. அவற்றை அனுபவத்தாலும், பயிற்சியாலும் மட்டுமே புரிந்துகொள்ள முடியும்.

இசை வெகு அருகில், ஆனால் (இசை அறிவின் குறைவால்) உங்களால் அடைய முடியாத உயரத்தில் உள்ளது. உங்களுக்கு மாத்திரம் நட்பானதுபோல் ஆனால், எல்லோருக்கும் பொது வானது இசை. உதாரணமாக, எனக்குப் பிடித்த மோஹன ராகம் என்று நீங்கள் பரவசப்படும்போது, (மோஹன ராகம், லட்சக்கணக்கானவர்கள் கேட்டுப் பரவசமாகும் ராகம்) ஓர் இடத்தில் மையப்பட்டு, ஆனால் எல்லா இடத்திலும்

வியாபித்து, நிலையான, பிரபஞ்சம் முழுவதும் பரவியுள்ள சக்தியாக விளங்குகிறது.

நாதோபாசனை செய்து, யோகப் பயிற்சிபெற்றவனால் இசையைப் பற்றி விளக்கமாகக் கூற முடியும். நாதோபாசனை செய்யாத, சங்கீத ஞானம் இல்லாத எளியவனும் இசையின் மென்மையால் ஈர்க்கப்பட்டு மன மகிழ்ச்சியும், அமைதியும் அடைவதுதான் இசையின் சிறப்பு.

ஒரு குறிப்பிட்ட ஸ்தூல வடிவம் இல்லாத, பிரபஞ்சம் முழுவதும் விரவி நிற்கும் கலை இன்னிசை என்று ஹெகெல் (Hegel) சொல்கிறார். மற்ற கலைகளைப்போல் அதற்கு வடிவம் இல்லை என்கிறார்.

இசை நிகழ்ச்சியில் வெளிப்படும் காற்றுடன் கலந்து வரும் நாதத்துக்குக் கற்பனையில் சிலை வடிவம் கொடுத்து இசையை ஒரு சிற்பக் கலையாகச் செதுக்கிக் காட்டுகிறார், அமெரிக்க ராக் பாடகர் ஃப்ரேங்க் சாப்பா (Frank Zappa).

பிரான்ஸ் நாட்டைச் சேர்ந்த மானுட நுட்ப சாஸ்திர விஞ்ஞானி க்ளாடி லெவி ஸ்டிராஸ் (Claude Levi Strauss) சொல்கிறார், 'வார்த்தைகளால் விவரிக்க முடியாத, மனத்தால் புரிந்து கொள்ளக்கூடிய ஒரு மொழி, இசை. கேட்பவர் மனத்தில் சீரான துடிப்பை ஏற்படுத்தும் காலங்கடந்த ஆழம் காண முடியாத தீர்க்கமான கலை'.

நாத சாஸ்திரத்தை ஆராய்ந்துகூறும் ரோகர் ஸ்க்ரூடோன் (Roger Scruton), 'இசை உலகம், புவி உலகத்தில் இருந்து தனித்து விளங்கும் ஓர் அதிசயம். நாதோபாசனை செய்யும் ஆனந்தமான, அற்புதமான தருணத்தில், உலகத்தின் தடைகளைத் தாண்டி ஆகாய வெளியின், விண்வெளியின் ஆச்சரியங்களில் அகண்ட பரிபூரணத்துடன் அற்புதமான இசையில் ஐக்கியப்படும்போது ஜடபூமியில் நிகழும் அற்பங்கள் புலப்படாதவை' என்று சொல்கிறார்.

இன்னிசை என்பது நம்முடைய உணர்வும், அனுபவமும், பாண்டித்தியமும், விவேகமும்தான். நம் மனதைத் தொடும் நட்பும் நெருக்கமும் இசைக்கு மாத்திரமே உரிமையானது.

மன சஞ்சலம், துயரம், பிணி, மரணம் முதலிய எந்த துன்ப நிகழ்வுகள் சம்பவித்தாலும், சங்கீதத்தின் மூலமே சிறிது

நேரமாவது, உலகத் துன்பங்களை மறந்து, மன நிம்மதி யோடும் மகிழ்ச்சியாகவும் இருக்க முடியும். இசை அலை களைப்போல் வாழ்விலும் ஏற்றத் தாழ்வுகளும் இன்ப துன்பங்களும் நிகழ்கின்றன. நம்மை அணைத்துக் கலந்துரை யாடும் நெருக்கம்; நம் உணர்வுகளைப் புரிந்துகொண்ட நட்பு; நம் உடலில் அயராத புத்துணர்ச்சியையும் மகிழ்ச்சி யையும் தரும் மென்மை... - இவை, இசைக்கு மட்டுமே உரித்தானது.

மனத்தை ஒன்றுபடுத்தி, கூர்ந்து ஆராய்ந்தால் இன்னிசை, கலை ரசனைமிக்க, அழகான ஸ்ருதியைச் சுற்றி தீவிரமான சக்தி வாய்ந்த ஸ்வரங்களால் பின்னப்பட்ட ஓர் அழகு வடிவ மாக வெளிப்படுகிறது. ஒரு ஸ்ருதியின் ஆதாரத்துடன் ஸ்வரங்கள் ஏற்ற இறக்கத்துடன் அதன் அளவுகோலில் இருந்து மாறுபடாமல், நம் உணர்வுகளையும் அதனுடன் கூட்டிச்செல்கிறது. அதன் காலப்பிரமாணங்களுடன் ஒன்றிப் போய் ஸ்வரத்தின் லயத்துக்கும், துடிப்புக்கும் ஏற்ப நம் உடல் அசைவிலும்,தலை ஆட்டலிலும் நம்மை மறந்து இசையை அனுபவிக்கிறோம்.

நாதம்

நாதம் என்ற மொழியில் உள்ள ந - காரம் பிராணன் என்றும்,த - காரம் அக்னி என்றும் அர்த்தம் கொடுப்பதால் பிராணன்; அக்னியின் சேர்க்கையால் ஏற்பட்டது நாதம்.

நாதமின்றேல் கீதம் இல்லை; நாதம் இன்றேல் ஸ்வரம் இல்லை; நாதம் இன்றேல் ராகம் இல்லை. உலகம் நாதஸ்வ ரூபமாக இருக்கிறது. மனித சரீரத்தில் ஆகாயம், அக்னி சம்பந்தப்பட்ட வாயுவின் அசைவால் உண்டாகும் நுட்ப மான ஒலியே நாதம் ஆகும். இதயம், கண்டம், சிரசு ஆகிய மூன்று இடங்களில் வியாபித்து வாய் மூலம் வெளியாகிறது, நாதம்.

நாதமே சங்கீதத்துக்கு ஆதாரம். ஸ்ருதி, ஸ்வரம், ராகம், சங்கீதம் யாவுமே நாதத்தை ஆதாரமாகக் கொண்டு பிறந்தவை.

அநாஹத, ஆஹத நாதம் என்று நாதம் இரு வகைப்படுகிறது. மனிதனுடைய முயற்சியின்றி இயற்கையிலேயே கேட்கப் படும் நாதம் அநாஹத நாதம். மனிதனுடைய முயற்சியால்

உற்பத்தியாக்கப்படும் நாதம் ஆஹத நாதம். நாம் குரலெடுத்துப் பாடுகிற, கேட்கிற வாய்ப்பாட்டு, வாத்தியங்களில் வாசிக்கப் படும் சங்கீதம் முதலியவை ஆஹத நாதம்.

அநாஹத நாதத்தின் மர்மங்களை யோகிகள் நன்கு அறி வார்கள். ஆகாய மண்டலத்தில் இருந்து உற்பத்தியாகிற விண்வெளி நாதமும், நம்முடைய தேகத்தில் மூலாதாரம் என்னும் ஸ்தானத்தில் உற்பத்தியாகும் நாதமும் அநாஹத நாதம் எனப்படுகிறது. சாதாரண மனிதர்களால் உணர முடி யாத அநாஹத நாதத்தை யோகத்தாலும், தியானத்தாலும், நிஷ்டையாலும் யோகிகள் அறிகிறார்கள். ப்ராணாயாமம், தியானம் போன்ற அனுஷ்டானங்களால் சாதாரண மனிதனும் அநாஹத நாதத்தை உணர முடியும் என்று சொல்லப் படுகிறது.

ஸ்ருதி, ஸ்தாயி (நிலைக்களம்)

ஒரு நாதத்தில் இருந்து புறப்படும்அதிர்வலைகளை வைத்து இசைக்கான ஸ்ருதி, ஆதாரமாகத் தீர்மானிக்கப்படுகிறது. நாதத்தில் இருந்தே ஸ்தாயி என்பதும் தீர்மானமாகிறது. ஒரே நாதம் உயர்ந்த அலைகளில் போகும்போது மேல் ஸ்தாயி என்றும் அதே ஸ்ருதியின் கீழ் அலைகளில் பாடும்போது கீழ் ஸ்தாயி என்றும் குறிப்பிடப்படுகிறது.

1939, 1960-ல் நடந்த சர்வதேச இசைக் கூட்டங்களில், மேலை நாட்டு இசைக் கச்சேரிகளில், பியானோவில் ஒரு விநாடிக்கு 440 Hz அலைகள் அடங்கி உள்ள மத்திய C ஸ்ருதிக்குமேலே வருகிற A, 440 இரட்டை அலைகள் கொண்டதாகவும், அதனால் மத்திய C, 261.6 Hz உள்ளதாக மாறுகிறது என்றும் ஏகோபித்து முடிவு செய்தார்கள். மேற்கத்திய இசையில் ஓர் இயந்திரகதியான திட்டவட்டக் கணக்கு உள்ளது. இதனாலேயே மேல்நாட்டு சங்கீதம் ஸமவாத சங்கீதம் என்று அழைக்கப்படுகிறது.

இந்திய காந்தர்வ வேதமான இசையில், ஸ்ருதியே இசைக்கு ஆதாரமாக விளங்குகிறது. நாதத்தில், ஸ்ருதிகளின் ஒவ்வொரு நுண்ணிய அதிர்வின் வேறுபாடும், நாதத்திவலைகளும் ஒரு ஸ்வரமாகவும், ஸ்வரங்களின் சேர்க்கை வர்ணமயமான ராக மாகவும் மாறி, ஒப்பற்ற, அற்புதமான இசை ஆரம்பமாகிறது.

மனித சரீரத்தில் இருந்து பிறக்கும் நாதம் முறையே இதயம், கண்டம், சிரசில் உண்டாகிறது. இதயத்தில் உண்டாகும் நாதம் மந்த்ரம் என்றும், கண்டத்தில் உண்டாகும் நாதம் மத்யம் என்றும், சிரசில் உண்டாகும் நாதம் தாரம் என்றும் மூன்று ஸ்தாயிகளில் நாதம் பெருகி வெளியாகிறது. தாரம், மத்யத்தைவிட இரட்டிப்பாகவும்; மத்யம், மந்த்ரத்தைவிட இரட்டிப்பாகவும் இருக்கும். அந்த நாதம், ஒவ்வொரு ஸ்தாயியிலும் இருபத்தி இரண்டு விதமான ஸ்ருதிகளாக வகுக்கப்பட்டு, அந்த ஸ்ருதி சேர்க்கையால் ஸ.ரி.க.ம.ப.த.நி என்ற ஏழு சுத்த ஸ்வரங்கள் உண்டாகின்றன. இந்த ஏழு ஸ்வரங்களும் ஒரே ரூபமாக, அதாவது ஒரே சப்த அலை போல் இருந்தால், அவற்றைக் கேட்க இனிமையாக இருக்காது. நாம் உட்கொள்ளும் உணவின் அறுசுவைபோல் ஒன்றுக்கொன்று, உயர்ந்து வேறுபட்ட சுவையோடு இருக்க வேண்டும். அதற்காகத்தான் சிற்சில ஸ்ருதி சேர்க்கையால் உண்டாகிய வெவ்வேறு ஸ்வரங்களாகிய ரிஷபம் முதல் ஆறு ஸ்வரங்களையும் ஆதார ஸ்வரமான ஷட்ஜ ஸ்வரத்தையும் ஒன்று சேர்த்து சப்த ஸ்வரங்களை பரமசிவன் அமைத்ததாகச் சொல்லப்படுகிறது.

துடிப்பு, லயம், தாளம்

இசையின் சாராம்சம், துடிப்பு என்று சொல்ல முடியும். துடிப்பு என்பதே லயம், காலப் பிரமாண சத்தம் அல்லது விளக்கமாகச் சொல்வதென்றால் தாளம் என்று பொருள் படும். தாளம் என்ற அங்கம் இசைக்கு உயிர்த் துடிப்பைக் கொடுத்து காலத்தை நிர்ணயிக்கும் பொறுப்பை வகிக்கிறது. ஸ்வரங்களை ஒன்றுடன் ஒன்று இணைத்துச் செல்லும் அளவுகோலாக தாளம் அமைகிறது. இதனால், பாட்டு ஒரு கட்டுப்பாட்டுக்குள் அடங்குவதோடு பாட்டின் ஸ்வரக் கோப்பு, சொற்களின் தொடர்ச்சி முதலியவற்றை ஒழுங்காக நடத்திச்செல்ல தாளம் உதவுகிறது.

தாளங்கள் பலவகையாக, பல்வேறு அங்கங்களைக் கொண்ட தாக உள்ளன. தாளத்தின் அங்கங்கள் அக்ஷரகால முறையாக வும், மாத்திரை கால முறையாகவும் எண்ணிக்கை வைத்து அமைக்கப்பட்டுள்ளன. மாத்திரை கால முறையில், ஒரு மாத்திரைக்கு நாலு அக்ஷர காலங்கள் என்று விதிக்கப் பட்டுள்ளது. ஒரு பாட்டின் சொற்களும், ஸ்வரக்

கோர்வைகளும் தாளத்தின் அடிப்படையில் ஒரு விசேஷ இடத்தைப் பிடிக்கிறது. தாளம் இல்லாத பாட்டு உப்பில்லாத சமையலுக்கு ஒப்பாகிவிடும். தெம்மாங்கு நாடோடிப் பாடல்கள், விவசாயிகளின் கழனிப் பாட்டு, பயிர் நட்டு, பயிர் அறுக்கும் பாட்டுக்குக் கூட ஒரு லயம் அல்லது தாளம், துடிப்பு இருக்கிறது.

ஸ்வரமும், தாளமும், லயமும் இசைக்கு இன்றியமையாதது என்பதை முன்னோர்கள் அறிந்து இருந்தனர். ஒரு பாட்டை மென்மையாக, நிதானமாகத் தட்டி, குழைவாகப் பாடும் போது மன அமைதியும், சாந்தமும் கிடைக்க, கேட்பவர்களுக்கு உறக்கத்தையும் கொடுக்கிறது. இதுவே தாலாட்டு; பச்சிளங்குழந்தையை தூளியில் இட்டு உறங்கச் செய்ய தாய் பாடும் பாட்டு. ஆனால், துரித கதியில் பாடப்படும், வேகமான தாளம் சேர்ந்த உரத்த பாட்டு, உற்சவத்தையும், உற்சாகத்தையும் தட்டி எழுப்புகிறது.

பாடும்போது பாட்டின் காலப் பிரமாணத்தை அளந்து கையால் அல்லது தாளக் கருவியால் அடித்தலுக்குத் தாளம் என்று பெயர். தாளம் என்பதற்குக் கையோடு கை அடித்தல், கையோடு கை தட்டுதல் என்று பொருள்.

ஒரு நிமிஷத்துக்கு 60 தட்டுகள் அல்லது அக்ஷரங்கள் கொண்ட தாளத்துடன் பாடப்படும் சங்கீதம் அல்லது இசை, உடல் ஆரோக்கியத்தில் நாடி, சுவாசம், ரத்த ஓட்டம், ரத்த அழுத்தம், மன அழுத்தம் யாவற்றையும் சீராக வைக்க உதவுகிறது என்று நரம்பியல் மருத்துவர்கள் சொல்கிறார்கள்.

உலகின் வெவ்வேறு இனக் கலாசாரத்தைச் சேர்ந்த அழகிய மெல்லிசை பலவும் மென்மையான லயம், தாளத்துடன் அமைந்திருப்பதைக் கேட்கலாம். நிதான லயத்துடன் பாடப்படும் க்ரிகோரியன் மந்திரங்களும், பஜன்களும், கீர்த்தனைகளும் இதயத்துக்கு அமைதியையும், உடலுக்கு ஓய்வையும் கொடுப்பதைக் காணலாம். கோஷ்டி கானமும், ஓங்கார நாதத்துடன் பலமாகப் பாடப்படும் பாடல்களும் உடலின் புத்துணர்ச்சியையும், பக்தி பாவத்தையும் ஏற்படுத்துகின்றன.

லயமும் தாளமும் ஒன்றுதான் என்று ஏற்றுக்கொண்டாலும் அவை எந்த அளவுக்குத் தனிப்பட்டு உள்ளன என்பதையும் தெரிந்துகொள்ள வேண்டும்.

லயம், இயற்கையின் அலைகளோடு, லயத்தோடு ஒன்றிய தாகும். ஆதியும், அந்தமும் இல்லாத பிரபஞ்சம் முழுவதும் விரவி நிற்கும் ஓர் அற்புதம். முக்காலமும் அழிவில்லாத நித்தியமான சுழற்சி அலையாகும் லயம்.

தாளத்தின் பெயருக்கு ஏற்ப அது காலப் பிரமாண அங்கமாக இருக்கிறது. அதற்கு ஆரம்பமும், முடிவும் உள்ளது. ஒரு பாட்டின் ஜீவனாகவும் பாட்டைச் சிறப்பிக்க எடுத்த உருவ மாகவும் உள்ளது தாளம்.

தாளம் இல்லாமல் லயம் இயங்க முடியும். ஆனால், லயம் இல்லாமல் தாளம் உருவாக முடியாது. லயம் ஒரு துடிப்பு என்றால், தாளம் அளவுகோலாக உள்ளது. தாளத்துக்குக் கணக்கு, அக்ஷரம், மாத்திரை, லகு, த்ருதம் போன்ற அங்கங் களும் உள்ளன.

லயம், இயற்கையின் செயல், தாளம், லயத்தில் இருந்து மனிதன் ஏற்படுத்திய கணக்கு. வெறும் லயம், சலிப்பை ஊட்டுவது. ஆனால், உற்சாகத்தையும் உயிர்ப்பையும் ஊட்டுவது, தாளம்.

தாளம், எல்லையைத் தாண்டாமல் எல்லைக்குள் அடங்கிய ஓர் இசை அங்கம். லயத்துக்கு எல்லை இல்லை. லயம்தான் சங்கீதம் என்றால் அந்த சங்கீதத்தைக் கட்டுக்குள் அடக்கி கம்பீரத்தைக் கொடுப்பது தாளம். தாள வாத்தியங்கள் சேர்ந்த இசைக் கச்சேரியைத் தடையில்லாமல் இரவு முழுவதும் கேட்டு இன்புற முடியும்.

சாதாரண லயத்தோடு, தாளம் இல்லாமல் பாடும் பாட்டு ஒரு தாலாட்டாக நம்மை உறங்க வைத்துவிடும். இதுவே தாளத் துக்கும், லயத்துக்கும் உள்ள தனிப் பெருமை. புத்துணர்ச்சி, பக்தி உணர்வு, உற்சாகத்தை ஏற்படுத்துகிறது தாளம். மேல் நாட்டு இசையில், அக்ஸென்சுரேஷன், அக்ஸலரான்டோ, பாஸ், கேலன்டான்டோ, ருபாடோ (accenturation, accelerando, pause, gallentando, rubato) போன்றவை தாள மாறுபாடுகளைக் காண்பிக்கின்றன.

இசையைப் பொருத்தவரை, காலவெளி என்பதும் மிக முக்கியமான ஓர் அம்சம். காலவெளி என்பது இசைக்கு ஒத்ததாக உள்ளது. இரண்டு ஸ்வரத்துக்கு இடைப்பட்ட

காலவெளி, ஸ்ருதியின் வேறுபாட்டால் அல்லது அசைவினால் ஏற்படும் காலவெளியே இசையின் கமகமாகிறது. இது இசையின் இறுக்கத்தைத் தளரவைத்து ஒரு சுகானுபவத்தைக் கொடுக்கிறது.

கமகம் என்பது ஒரு ஸ்ருதியின் நாதம், வேறு ஒரு ஸ்ருதியின் நாதத்தை அடையும்படி ரசனையாக இணைப்பது அல்லது நாத அலைகளைப் பாடுவது எனலாம். கமகம், பதினைந்து விதங்களாக அமைந்து கேட்பவர் மனத்துக்கு இனிமை உண்டாக்கும் இசையின் விசேஷ அம்சமாகும்.

கமகம் நிறைந்த மெல்லிசை, கேட்பவர் மனத்தை ஒருங்கிணைத்து, மன வலியைப் போக்கி, மன அழுத்தத்தைத் தளர வைக்கிறது. தாளம், பாட்டின் காலப் பிரமாணத்தை நிர்ணயிக்கிறது. தாளம் ஒருவரின் மூளை அலைகளைத் தூண்டும்படியாகவும் அல்லது துரிதத்தைப் பொறுத்து மூளையின் ஆல்ஃபா, பீட்டா அலைகளை மாற்றுவதாகவும் அமைகிறது.

மெதுவான தாளத்துடன் கீழ் ஸ்தாயியில் பாடும் பாட்டுகள் மூளையின் பீட்டா மட்டத்தில் உள்ள அலைகளைச் (செல்களை) சீர்படுத்தி அழுத்தத்தை தளர்வடையச் செய்கிறது. அதனால் அமைதி கிடைக்கிறது. வேகமான தாளத்துடன் துரித கதியில் உயர்ந்த ஸ்தாயியில் பாடப்படும் பாட்டு, உறங்கிக்கொண்டிருக்கும் சோர்வுற்ற ஆல்ஃபா மூளை அணுக்களை சுறுசுறுப்படைய வைத்து உற்சாகமூட்டுகிறது.

இயற்கையின் அதிர்வலைகளின் எதிரொலியாக இசையின் அதிர்வலைகள் அமைகின்றன. இயற்கையின் லயத்தைப் போலவே இசையின் அமைப்பு, காலம், லய மாற்றம் தீவிரம், காலப் பொருத்தம் போன்ற அம்சங்கள் அமைந்துள்ளன.

பிரமிப்பு, மலைப்பு

அகோகிக் என்ற கிரேக்க வார்த்தை தமிழில் பிரமிப்பு அல்லது மலைப்பு என்ற பொருள் கொண்டதாகும். ஒரு பாட்டின் வார்த்தைப் பிரமாணங்கள், இசையின் ராகத்தை வெல்லுகிற விந்தைதான் அகோகிக். ராகத்தைவிட வார்த்தைகளின் உச்சரிப்பு மூலம் உட்கருத்தைத் தெரிவிக்கும் பாட்டுகள் பல உள்ளன. தமிழில் திருப்புகழை உதாரண

மாகச் சொல்லாம். திருப்புகழில் வார்த்தைப் பிரயோகங்களும் தாளக்கட்டும், கேட்பவர்கள் உள்ளத்தில் முருக பக்தியைக் கிளறிவிடும். அங்கே ராகத்துக்கு முக்கியத்துவம் இல்லை. வார்த்தைகளும், தாளமும், பக்தி உணர்வும்தான் தேவை.

மெல்லிசை, இணை இசை, பன்னிசை

சங்கீதத்தின் மூன்று பிரிவுகள் - மெலடி (மெல்லிசை), ஹார்மோனி (இணை இசை), பாலிஃபோனி (பன்னிசை) ஆகியவை. இணை இசை, பன்னிசை இரண்டும் வாய்ப் பாட்டைப் பொறுத்தவரை அவ்வளவாகப் பொருந்தி வராது. இவை, தந்தி வாத்தியங்களுக்கு ஏற்றவை.

வாயால் பாடும்போது ஒரு ராகத்தின் சாயலை, அழகைக் காட்டும் ஸ்வரங்களை, ஸ்ருதி பிசகாமல் ஒன்றோடு ஒன்று இணைந்ததாக கமகத்தோடும் லயத்தோடும் பாடுவதுதான் மெலடி. இது ஒரு வரியில் கோர்த்த முத்துமாலை போன்ற எளிமையான அழகு நிறைந்த வடிவம். மோனோஃபோனியை ஒன்றிசை என்று சொல்லலாம். ஒரே நேரத்தில், ஒரு ஸ்வரத்தைத்தான் பாட முடியும். மூன்று நாலு ஸ்வரங்களை ஒரே சப்தமாக வெளிக்கொணர முடியாது. ஒற்றைத் த்வனி இசை பண்டைக் காலம் முதல் பழக்கத்தில் இருந்து வருகிறது.

ஒரே நேரத்தில் மூன்று நாலு ஸ்வரங்களை வாசிக்கும் வசதி ஃபிடில், கிடார், சித்தார் மற்றும் சில மேல்நாட்டு தந்தி வாத்தியங்களிலும் சாத்தியப்படும். இவை மூன்று அல்லது நான்கு இழை கோர்த்த முத்து மாலை போன்ற ஜோடனையாக இருக்கும். ஒரு ஸ்வரத்துக்கு மற்ற ஸ்வரம் பேதப்பட்டு வந்தாலும், பின்னப்பட்டு சிதைவு வந்தாலும் (பின்னம்) ஒரே ஸ்ருதியிலும், லயத்திலும், ஜதியிலும் வாசிக்கப்படும் பாலிஃபோனி, கேட்க ஜனரஞ்சகமாக இருக்கும்.

ஹார்மோனியில் இசையில் ஸ்வரத் தொகுதிகள் அல்லது ஸ்வர அடுக்குகள் ஒன்றன்பின் ஒன்றாகத் தொடர்ச்சியாக வரும். ஒரு ஸ்வரம் வாசிக்கும்போதே அதன் இணை ஸ்வரங்களும், நட்பு ஸ்வரங்களும் கூடவே பிரயாணப்படும். இந்த இசையை ஹார்மோனியம், கேசியோ, பியானோ முதலான

காற்று வாத்தியங்களில் வாசிக்க முடியும். ஐரோப்பா கண்டத்திலும், மேலை நாட்டு நாகரிகம் பரவியுள்ள மற்ற நாடுகளிலும் பாலிஃபோனி, ஹார்மோனி சங்கீதத்தையும் கேட்கலாம்.

'இசையால் அடைந்த சுய உருவ மாற்றம்' என்ற நூலை எழுதியுள்ள ஜோன் க்ரான்டல், நட்பு இசை என்பது ஹார்மோனி, மனவெழுச்சியாக, உள் மனத்தில் இருந்து, ஆத்மாவில் இருந்து வரும் இசைப் பெருக்காகும். நம் கலாசாரம் மற்றும் வாழ்க்கைப் பின்னணியைப் பொறுத்தது. அந்த ஹார்மோனி, நட்பு இசை என்றும், அது நாத சாஸ்திரத்தையோ, பௌதீக சாஸ்திரத்தையோ சார்ந்தது இல்லை என்றும் சொல்கிறார்.

மேற்கத்திய இசைப் புரட்சியில் பல புதுமைகள் புகுந்துள்ளன. பல்வேறு வாத்தியங்கள், தாள வாத்தியங்கள், காற்று வாத்தியங்கள், கலவையாக ஏக காலத்தில் கோஷமிடுவதும், வாசிப்பதும், பாலிஃபோனி முறையின் நூதனம். பலதரப்பட்ட மதுபானங்களைக் கலக்கி ஒரு புதிய மதுபானம் (காக்டெய்ல்) தயாரிப்பதுபோல் இதுவும் கிறக்கத்தைக் கொடுக்கும் ஒரு சக்தி.

யுத்தக் காட்சிகள், யுத்தத்தின் பின் விளைவுகள், விளையாட்டு மைதானம், வாண வேடிக்கை, இயற்கைக் காட்சிகள், மென்மையான காதல், அன்பு எல்லாவற்றையும் வர்ணம் தீட்டிய ஓவியம்போல் அல்லது ஒரு சிற்பக் கூடத்தில் செதுக்கிய சிலை, சிற்பம்போல் இந்தப் புதிய இசையில் உலகம் முழுவதையும் இவர்கள் வசீகரம் செய்கிறார்கள். மேற்கத்திய இசைக் குருக்களான Bach, Hendel, Laidov, Mendelashon, Mozart, Saint Seans, Stravers, Tchaikousky, Vivaldi, Wagner போன்றவர்களின் இசையின் பரிணாமத்தை இன்றைய இளைய தலைமுறையினர், ஆர்வமாக வரவேற்கின்றனர்.

மனிதன் ஏற்படுத்திய இசைக்கலையில் நாதம், ஸ்ருதி, ஸ்தாயி, ஸ்வரங்கள் என்ற அமைப்புகள் உருவாகி தாளக் கட்டுடன் ஒரு பாட்டு உருவெடுக்கிறது. ஸ்வரக் கலவையில் வாதி, ஸம்வாதி, அனுவாதி, விவாதி ஸ்வரங்கள் ஒரு சுவாரஸ்யமான இலக்கணம் ஆகி இருக்கின்றன.

ஒரு ராகத்தில் உள்ள ஜீவ ஸ்வரம் அடிக்கடி உபயோகப் படுத்தப்படுவது, வாதி ஸ்வரம் ஆகும். இது அரசனுக்கு ஒப்பான முக்கியத்துவம் உடையது (குறிப்பிட்ட ராகத்துக்கு).

இரண்டு ஸ்வரங்களுக்கு இடையே 8 அல்லது 12 ஸ்ருதிகள் இருந்தால் அந்த இரண்டு ஸ்வரங்களும் ஒன்றுக்கொன்று ஸம்வாதி ஸ்வரங்கள் ஆகும். வாதி என்ற அரசனுக்கு ஸம்வாதி அமைச்சனைப் போன்றது. உதாரணமாக, சங்கரா பரண ராகத்தில் (ஸ-ம), (ஸ-ப), (ரி-த), (நி-க) சுத்த ஸ்வரங்கள் ஒன்றுக்கொன்று ஸம்வாதிகளாகும்.

விவாதி என்பது இரண்டு ஸ்வரங்களுக்கு இடையே ஒரே ஒரு ஸ்ருதி இருந்தால் அந்த இரண்டு ஸ்வரமும் ஒன்றுக்கொன்று விவாதிகளாகிவிடும். அதாவது, சத்ருக்கள் ஆகிவிடும். உதாரணமாக, சுத்த ஸ்வரங்களில் (ரி-க) (த-நி) ஒன்றுக் கொன்று விவாதிகளாகும்.

விக்ருதி ஸ்வரங்களில் சாதாரண காந்தாரம் அல்லது ஷட்ஸ்ருதி ரிஷபமும் அந்தர காந்தாரமும், ஷட்ஸ்ருதி தைவதமும் (கைசிகீநிஷாதம்) காகலிநிஷாதமும் ஒன்றுக்கொன்று விவாதிகளாகும்.

வாதி, ஸம்வாதி, விவாதிகள் அல்லாத ஸ்வர சேர்க்கைகள் அனுவாதி என்று சொல்லப்படும். இவை சாதாரண ப்ரஜை களுக்குச் சமானமாகும்.

விவாதி ஸ்வர பிரயோகத்தால் பாட்டின் ரஞ்சகம் கெட்டுப் போகாமல் இருக்க, விவாதி ஸ்வரங்கள் வரும் ராகத்தில், வாதி, ஸம்வாதி, அனுவாதி ஸ்வரங்களில் ஏதேனும் ஒரு ஸ்வரத்தில் கமகம் ஏற்றி பகைவனாகிய விவாதியை நண்பனாக்கிப் பாடுவது கலைஞர்களின் திறமை.

பத்ததிகள், வகைகள், பாணிகள்

இசை என்பது தெய்வாம்சமாக வரும் ஓர் அனுபவப்பூர்வ மான கலையாகவே இருந்து வந்தது. சப்தஸ்வரங்கள் உள்ள ஸாம வேதத்தில் இருந்து விரிந்ததாக சங்கீதம் பாடப்பட்டு வந்தது. பூஜைக்கு ஏற்ற மந்திரம் ஒரே சீரான லயத்துடன், ஒரே ராகத்துடன் பக்தியுடன் பாடவோ அல்லது ஒரே சொற்றொடரைத் திரும்பத்திரும்ப மென்மையாகப் பாடி

குழந்தையை உறங்கவைத்த தாலாட்டோ, பண்டைய மெல்லிசையாக இருந்து வந்தது.

நாத சாஸ்திர நிபுணர்களும், இசைக் கலைஞர்களும் சங்கீதத்தில் ஒரு புரட்சியை ஏற்படுத்தி அதற்கும் சட்டதிட்டங்கள், கணக்குகள் அமைத்து இசைக்கு பல்வேறு உருவங்களைப் புகுத்தி உள்ளனர். ஒரு பாட்டின் அமைப்பு அல்லது பத்ததி அது எந்த மாதிரியான இசை என்பதை விளக்குகிறது. அது மெல்லிசையா, இணைந்த இசையா அல்லது துரித தாள கதியோடு சேர்ந்த கீர்த்தனமா என்பதைப் புலப்படுத்துகிறது.

ஃப்யூஷன் இசை என்பது மேலைநாட்டு இசையும், இந்திய இசையும் சேர்வதைக் குறிக்கிறது. இந்துஸ்தானி, தென்னிந்திய இசையைக் கலந்து ஜுகல் பந்தி முதலிய இசையின் புதிய அவதாரங்கள் தோன்ற ஆரம்பித்திருக்கின்றன. எந்த இசையாக இருந்தாலும், ஆழ்ந்த அஸ்திவாரமும், தகுந்த பயிற்சியும் இல்லாமல் சிறப்பாகப் பாட முடியாது.

இந்திய இசையில், ஸ்வராவளிகளைக் குரலுக்கு வித்தாக அமைத்து, ஆழ்ந்த பயிற்சி கொடுத்து பின் அலங்காரமும் (சூளாதி தாளப் பயிற்சி), பின் எளிமையான கீதங்களும் கற்றுக்கொடுக்கப்படுகின்றன. சாஸ்திரக் கட்டுப்பாடுகள் அமைந்த எளிமையான சொற்றொடர் திரும்பத்திரும்ப வருவதுதான் கீதம்.

கீதம், ஸ்வரஜதீ, ஜதீஸ்வரம் (நாட்டியத்துக்கு ஏற்றது) சௌக வர்ணம், தான வர்ணம், க்ருதி, கீர்த்தனம், ஜாவளி, பதம், தரு, ராக மாலிகை, தில்லானா என்று ஓர் அலங்காரமான கோட்பாடுகளுடன் இசைக்கு வடிவம் கொடுத்து, பயிற்சியும் அளிப்பதை இன்று வரை தொடர்ந்து வருகிறோம்.

அரங்கத்தில் நடக்கும் கச்சேரி, பத்ததியில் வர்ணம் முதல் ஆரம்பித்து, எளிய கீர்த்தனம், பெரிய கீர்த்தனம், விரவல், மனோ தர்ம ஆலாபனம், ஸ்வரங்கள், தான பல்லவி, தனி ஆவர்த்தனம் என்று பல அழகான உருப்படிகளுடன் அமைந்து ரசிகர்களுக்கு விருந்தாக அமைகிறது.

3

இசை – மனம் – உடல்

'விவரிக்க இயலாதவற்றை மவுனத்துக்கு அடுத்தபடியாக விவரிக்கவல்லது இசை'

- ஆல்டோஸ் ஹக்ஸ்லி

இசை என்கிற கலையானது நமது உடல், ஆன்மா, மனம் ஆகியவற்றுடன் மிக நெருக்கமான தொடர்பு கொண்டதாக இருக்கிறது. இசைக்கு அடிப்படை யான லயமும் நாதமும் இந்த இயற்கை முழுவதும் நீக்கமற நிறைந்திருக்கிறது. நமது உடலுக்குள்ளும் லயமும் துடிப்பும் சுழற்சியும் காணப்படுகின்றன.

இப்படி நமக்குள்ளும், நம்மைச் சுற்றியுள்ள இயற்கையிலும் இசையும், லயமும் நிறைந்து கிடக் கின்றன. இந்த உண்மையை நாம் உணராமலேயே நவீன உலகத்தின் போட்டியில் ஓடிக்கொண்டிருக் கிறோம். தெய்வத்தின் அருளால், நம் உள்ளத்திலும் உடலிலும் நாதமும் அதன் எதிரொலிஅலைகளும் நிறைந்திருப்பதை, நாம் புரிந்துகொள்ளத் தவறி விடுகிறோம்.

நம் உடலில் அல்லது உள்ளத்தில் ஓடும் இசையில் பேதம் அல்லது முரண்பாடு வரும்போது நம்மை

உடல் வியாதியும் மனோ வியாதியும் பீடிக்கின்றன. இதை நாம் உணர்ந்துகொண்டால், நம் உடலில் ஓடுகிற இசையை மனத்தால் ஆராதித்து ஆரோக்கியத்தைப் பாதுகாக்க முடியும். இசை நம் அகத்தின் அலைகளையும், வெளி உலக இசைகளையும் இணைத்து நம்முடைய லயமான வாழ்வை மேம்பட வைக்கிறது.

இன்று அனுபவிக்கும் சந்தோஷமான வாழ்வைக் கடந்த காலத்துயரமோ அல்லது எதிர் காலத்தைப் பற்றிய பயமோ, கவலையோ பாதித்துவிடாமல் இருக்க, நமக்குள் மறைந்து நிற்கும் நல்லிசை நம்மைக் காப்பாற்றுகிறது.

நம் உடலில் ஓடும் லயத்தையும் இசையையும் பாடகர்கள் நன்றாக அறிந்தவர்கள். அவர்கள் தன்னை அறியாமலேயே, பாடும் நேரத்தில் கடந்த காலத்தையும், எதிர் காலத்தையும் மறந்தவர்களாகப் பாடும் அந்தத் தருணத்தில், இன்பத்தை அடைந்து கேட்பவர்களையும் பரவசப்படுத்துகிறார்கள்.

இசை ஞானம்

பிறவிப் பயனாக நல்ல குரல் வளம் அமைவதும், இசை கற்றுக்கொள்வதும் ஒரு பாக்கியம் என்றே சொல்ல வேண்டும். இசையைக் கற்பதால் மாத்திரம் அல்லாமல், பலருடைய இசையைக் கேட்டு அனுபவித்து, தன் ஞானத்தைப் பெருக்கிக்கொள்வதே சிறந்தது. இசைக் கலைஞனோ, பாடுபவனோ, அதைக் கேட்டு அனுபவிப்பவனோ அந்த இசையுடன் இணைந்து, ஒவ்வொரு ஸ்வரத்தையும் அறிந்து, அதன் சாராம்சத்தை வெளிப்படுத்த முடிந்தவனாக இருக்க வேண்டும்.

இசையை நன்கு அறிந்தவன், நல்ல ரசிகன்ர பாடுபவரின் குரல் வளத்தில் இருந்து ஆரம்பித்து, அவருடைய சாதகம், அவருடைய மனோ தர்ம விலாசம், ஸ்வரப் பிரஸ்தானம், தாள ஞானம், இசையின் தரம், எல்லாவற்றையும் விமரிசிக்கத் தெரிந்தவனாகவும், நல்ல கலைஞனைப் பாராட்டுகிறவனாகவும் இருக்கிறான். சங்கீத சாகரத்தில் முழுகி இன்பம் பெறும் கலைஞனும், அதைக் கேட்டு ரசிக்கிற ரசிகனும் ஒரே மன இயல்பும், உணர்ச்சியும் பெற்றவனாக இருப்பான். இருவருக்குமே இசைதான் வழிபாடு.

இசையால் மனமும், அறிவும் ஒருமைப்படுகிற இந்தப் பயிற்சி, மனிதனின் ஆரோக்கியத்துக்கு மிகவும் அவசிய மாகிறது.

மனத்துக்கும் இசைக்கும் என்ன தொடர்பு?

நான் முன்பே குறிப்பிட்டதுபோல் இசைக்கும், மனத்துக்கும் என்றும் ஓர் அந்தரங்கமான தொடர்பு உள்ளது. நல்ல இசை, மனத்துக்கு நிறைவையும் மகிழ்ச்சியையும் கொடுக்கிறது. அதேபோல் மனம் மகிழ்ச்சியாகவும், நிறைவாகவும் இருக்கும் போது நல்ல இசை பிறக்கிறது. மனது, இசையைத் தூண்டு கிறது. இசை, மனத்தைத் தூண்டுகிறது. மனதும் இசையும் ஒன்றுக்கொண்டு இசைவாக இருப்பதாலேயே நல்ல இசை, மனிதனின் மனத்தில் புதைந்துகிடக்கும் துக்கம், ஏமாற்றம், துயரம், வலி எல்லாவற்றையும் துடைத்து அவனுக்கு மன அமைதியையும் மகிழ்ச்சியையும் கொடுக்கின்றன.

இசை, மிக நுட்பமான, மென்மையான கலை. இசையின் மிருதுவினால் மனிதனின் மனம் மாறுவது மாத்திரம் இல்லாமல், உடல் உறுப்புகளும் உடல் கூறுகளும்கூட மாற்றம் அடைகின்றன. இறுக்கமான மூட்டுகள் தளர்ந்து நடையில் சுலபமும், விரைவும், தெளிவும் ஏற்படுகிறது. இசை, மன ஓட்டத்திலும், எண்ணங்களிலும் நல்ல மாற்றத்தை ஏற்படுத்துகிறது. இயற்கையாகவே அமைந்துள்ள இசையின் இந்த மென்மையும், இனிமையும் நாதா என்ற சம்ஸ்கிருத சொல்லுக்கு ஆதாரமாக உள்ளன. நா-பிராணன், தா-அக்னி, இரண்டும் இணைந்த மிருதுவான சொல் நாதா அல்லது நாதம்.

காப்லென்ட் என்பவர் இசை நம் கற்பனா சக்தியைத் தூண்டு கிறது என்றார். இதனாலேயே நம்முடன் இசை மிகவும் ஒன்றிணைந்து தொடர்ந்து உடன் வருகிறது.

மனதுக்கு இயைந்த இசையை அனுபவிக்கும்போது மனத்தில் ஏற்படும் உற்சாகம், மூளை நரம்புகளில் ஆல்ஃபா, தீட்டா அலைகளை உருவாக்குகிறது என்று நரம்பியல் மருத்து வர்கள் கூறுகிறார்கள். இசையால் உள்ளத்தில் அளவிட முடியாத அமைதியும், நிசப்தமான மோன நிலையும், அன்பும், கருணையும், ஆகாய வெளியில் பிரபஞ்சத்துடன் கலந்துவிட்ட பேரின்பமும் கிட்டுகின்றன.

2001, மார்ச் மாதம், நான் புதுடெல்லியில் நடத்திய ஒரு இசைப்பட்டறையில் பலதரப்பட்ட மக்கள் கூடி இருந்தனர். இசையில் ஆர்வம் மிகுந்த தொழில் விற்பன்னர்கள், மருத்து வர்கள், கலைஞர்கள், மாணவர்கள் நிறைந்த கூட்டம். மேல்நாட்டு இசை, இந்திய இசை (தென்னிந்திய மற்றும் இந்துஸ்தானி) அனைத்தையும் அவர்கள் கூர்ந்து கேட்டு பாராட்டியதில் இருந்து இசை எந்த வகையைச் சேர்ந்ததாக இருந்தாலும், அதன் பாதிப்பு இசையைத் தெரிந்தவர் களிடம் அல்லது ரசிகர்களிடம் ஒரே மாதிரியாகத்தான் தெரிந்தது.

ரஷ்யக் கலைஞர் செய்க்காவ்ஸ்கியின் ஸ்லாவீஷர் மார்ச் (ஒப்பரா, 31) எந்த அளவுக்குக் கூட்டத்தைக் கவர்ந்து மக்களை மெய்மறக்கச் செய்ததோ, அதே அளவு ஹிந்தோளமும், பிலஹரியும் அவர்களை வசப்படுத்தின.

மேலை நாட்டு இசையோ, இந்திய இசையோ, எதுவாக இருந்தாலும் ரசிகனுக்கு அதைப் பற்றிய ஞானமும், பரிச்சயமும், பாண்டித்தியமும் இருந்தால் வெகுவாக ரசிக்க முடியும். இசைக்கு ஆர்வம் ஒன்றேதான். பாடாந்திரமும், பயிற்சியும் வெவ்வேறாகும்போது வளர்ந்த பின்னணியும், கலாசாரமும் ரசனையை மாற்றுகின்றன.

இசை என்பது கேட்பவனின் மனத்தைத் தொட்டு அவனிடம் ஐக்கியப்படுகிற கலை. அதற்கு அறிமுகமோ, விளக்க உரையோ அவசியம் இல்லை. ஒரு பாடலாசிரியர் தன் கருத்தை, மனத்தில் படுகிற பொருளை எழிலோடு எழுத்து மூலமாக வெளிப்படுத்துவது பாடலாகிறது. அதற்கு இசை வடிவம் கொடுக்கும்போது பாடலாசிரியரின் மன உணர்வும், ஆர்வமும் ரசிகனுக்குப் புரிகிறது. இதுவே இசையின் மகத்துவமாகும். மனிதனின் ஆர்வமே, இசையை இடை விடாமல் ரசிப்பதும், அதன் பாவங்களையும் (Bhava) அர்த்தங் களையும் புரிந்து அனுபவிப்பதும்தான்.

பீத்தோவனுடைய சி.மைனர் பாடலின் ஐந்தாம் ஸ்வர ஐக்கியத்தில் (Symphony) கேட்பவர்களின் மனம் கரைந்து தன் மனத்தின் முரண்பாட்டைப் புரிந்து இசையைக் கேட்டு முடிப்பதற்குள் உயரிய, சீரான மன மாற்றம் அடைவதை உணர்வார்கள்.

செய்க்காவ்ஸ்கியின் ஸ்வேன் லேக்கைக் (Swan lake) மெல்லிசையைக் கேட்கும்போது உறக்கம் கலைந்து பாடலுடன் ஆடிக் களிப்பு அடைகிற உற்சாகம் கிளம்புகிறது.

வைவால்டியின் வயலின் (ஃபிடில்) இசையில், நாலு பருவங்கள் பாட்டில் வெய்யில் காலத்தைக் குறிக்கும் பாராக்கள் (வரிகள்) வரும்போது, கேட்பவர்கள் கடும் வெய்யிலால் தாக்கப்பட்டதுபோல் உணர்கிறார்கள்.

ஸ்ட்ராஸின் ப்ளூ டானுப் (Blue Danube) பாட்டில், நதியின் மென்மையான அலைகள் ஓடுவதை உணர முடியும்.

க்ரெய்க்ஸின் பீர் ஜிட் ஸுட் (Peer Gynt Suite), தன்னம்பிக்கையும் உற்சாகமும் நிறைந்த ஒரு புதிய காலைப்பொழுதை நம் கண் முன் கொண்டு வருகிறது.

ஆத்மாவைத் தூண்டும் இசை

தியானம், கோடி ஜபத்துக்குச் சமம். கோடி தியானத்துக்குச் சமம், லயம். கோடி லயத்துக்குச் சமம், கானம். கானத்தைக் காட்டிலும் மேலானது வேறு எதுவும் இல்லை.

இசையால் ஆத்மாவின் சைத்ய உணர்வைத் தூண்டச் செய்ய முடியும் என்று லெடோனன் (1986) சொல்கிறார்.

மனத்தின் ஆழமான உணர்வுகளைத் தூண்டிப் பக்குவப் படுத்த அருமருந்தாக இசை பயன்படுகிறது என்று ஆதி காலம் முதல் யோகிகளும் இசைக் கலைஞர்களும் அறிந்திருந்தனர்.

ஜபங்கள், ஷாமானிய மந்திரங்கள், ஆப்பிரிக்க மேள தாளங்கள், நாத யோகம் யாவுமே இசை அலைகளால் மனத்தை ஒன்றுபடச் செய்து, மனத்தைப் பக்குவப்படுத்த உதவி செய்கின்றன.

இமாலயன் வெண்கலப் பாடும் குடுவையின் நாதம் எங்கும் பரவி ஒரு ஏகாந்தமான, எங்கும் நிறைந்த த்வனியாகி மனத்தில் அமானுஷ்ய நிறைவைக் கொடுக்கிறது. தொடர்ந்து வரும் அதன் இனிய நாதத்தில் மனத்தைப் பறிகொடுத்து கூர்ந்து கவனிக்கும்போது இசைக் குடுவையில் இருந்து மலர்ந்து வரும் தாமரைப்பூ, பொழுது புலர்ந்துவிட்டதைக் குறிப்பதுபோன்ற மேன்மையான அனுபவம் ஏற்படுகிறது.

ஸ்வரக் கோர்வைகள் அல்லது ஸ்வர அலைகள், திரும்பத் திரும்பப் பாடும்போது மனத்துக்கு மென்மையான உணர்வைத் தருவதுடன் மனக் கொந்தளிப்புக்கும், ரணத்துக்கும் மருந்தாக அமைகின்றன.

சங்கீத நெறிமுறையில் அல்லது பத்ததியில், கீபோர்டின் மத்தியில் முக்கியமான ஸ்வரப் பிடிப்பாகக் கருதப்படும் ஆறாவது ஸ்வரக் கோர்வையில், சங்கீத அலைகள் *8:5* என்ற விகிதப்படி அமைந்திருக்கும். இந்திய ஸ்வராவளியிலும் ஸ-ப-ஸ பஞ்சமும், மேல் ஷட்ஜமும், *5*-வது *8*-வது ஸ்வர மானது மென்மையாகத் திரும்பத்திரும்ப தம்புராவில் மீட்டும் போது அந்த நாத அலைகள் கேட்பவரின் மனத்தைச் சாந்தப் படுத்தும். இதை ஒரு தெய்வாம்சம் அல்லது தங்கச் சுரங்கம் என்று ஓலிவியா டியுஹரிஸ்ட் மேட்டோக் (Olivea Dewhurast - Maddock) சொல்கிறார். Golden rectangle அல்லது தங்கச் செவ்வகம் என்று சொல்லப்படும் செவ்வகத்தின் விகிதமான *2:3*, அக்ஷர விகிதப்படி a:b:b:c: என்ற கணக்கைப் பின்பற்று கிறது.

ஒரு செவ்வகத்தின் அகலத்துக்கும் நீளத்துக்கும் உள்ள விகிதம், நீளத்துக்கும் சுற்றளவுக்கும் உள்ள விகிதமாக அமை யும். சிறிதுக்கும் பெரிதுக்கும் உள்ள விகிதம் பெரிதுக்கும் முழுமைக்கும் உள்ள விகிதமாக அமையும் என்பது கொள்கை.

ஃபிபோநாக்கி வரிசைப்படி (Fibonacci sequence), முக்கிய விகிதம் கீழ்க்கண்ட வரிசைப்படி வரும். முன்னால் போகிற ஒவ்வொரு எண்ணும் பின்னால் வருகிற இரண்டு எண்களின் கூட்டுத் தொகையாக வரும்*1,1,2,3,5,8,13,21... (1+1 (2), 1+2 (3), 2+3 (5), 3+5(8), 5+8(13), 8+13(21))...*

இந்த ஸ்வரச் சேர்க்கையால் ஏற்படும் சங்கீதத் கணக்கை இயற்கையின் க்ஷேத்ர விகிதம் முதல் மரபு இயல் கணக்கு வரை பார்க்கலாம். விஞ்ஞானி மென்டலின் மரபுக் கொள்கை *1:1:2:3* என்றுதான் தலைமுறை குணங்கள் தொடர்வதாகச் சொல்கிறது.

இயற்கையின் விளையாட்டை, ஃபிபோநாக்கி வரிசைப்படி சூரியகாந்திப் பூவின் சுருளான (வட்ட வட்டமான) ஏற்பாட்டில்

பாருங்கள். 21, 34, 55, 89 என்று 144 விதைகளைக் கொடுக்கும் வட்டங்கள் உள்ளன. இதே கணக்கை, பைன் விதைகளில், நத்தையின் கூட்டில் உள்ள கோடுகளில் காணலாம்.

இதே கொள்கையின் ஆதாரமாகத்தான் எகிப்தின் பிரமிடும், கிரேக்கத்தில் உள்ள பார்த்தினான் கட்டடமும் கட்டப் பட்டுள்ளன. நம் உள்காதின் வளைவான கோச்லியா உறுப்பு வழியாக இசை, இதே கணக்குப்படி அலையாகி நம் உணர்வுக்குள் அடைகிறது என்பது பிரமிப்பான விஷயம்.

பௌதீக சாஸ்திரத்தை மேம்படுத்த கணித சாஸ்திரத்தையும் இயற்கை நாடுகிறது. தாவரவியலில் பல மரங்களின் இலை களின், கிளைகளின், பூக்களின், விதைகளின் ஏற்பாடுகள் (arrangement) தங்கச் சுரங்கமான (golden mean) இந்தக் கொள்கையில்தான் உள்ளன.

மென்மையும், உணர்ச்சித் துடிப்பும்

மென்மையாகவும், அதே நேரத்தில் மன உணர்ச்சிகளை எழுப்பும்படியாக அழுத்தமாகவும் இசையைப் பாட முடியும். நாதத்தின் ஸ்தாயியைப் பொறுத்து கேட்பவரின் மனநிலையும் மாறுகிறது. கீழ் ஸ்தாயியில் பாடும்போது கேட்பவர் மனத்தில் ஏற்படும் மன அமைதி, மேல் ஸ்தாயியில் பாடுவதைக் கேட்கும்போது பாடுபவர் மற்றும் கேட்பவர் உடலிலும், உள்ளத்திலும் அதிர்வையும், சுறுசுறுப் பையும் உற்சாகத்தையும் கொடுக்கிறது.

நிமிஷத்துக்கு 60 - 80 தட்டுகள் கொண்ட தாள அமைப்புடன் பாடும் இசை, அமைதியான உணர்வைக் கொடுக்கிறது. 60 - 80 தட்டுகள் என்பது ஆரோக்கியமான மனிதனின் இதயத் துடிப்புக்கு நிகராக அமைகிறது. வேகமான தாள லயங்கள், இதயத் துடிப்பை அதிகப்படுத்துவதோடு உடலில் ஒருவித படபடப்பையும் ஏற்படுத்துகிறது. இணைவான ஸ்வர லயத்தினால் இதயத் துடிப்பும் சுவாசமும் சீராக அமை கின்றன. ஸ்வரங்கள் முரண்பட்டு, அபஸ்வரமாகும்போது சுவாசமும், இதயத் துடிப்பும் மாறுவதை அறியலாம். ஸ்வரத்தின் உச்ச ஸ்தாயியாலும் அழுத்தத்தாலும் உடல் தசை களுக்கு சக்தி கிடைக்கிறது.

தாலாட்டு என்பது ஓர் ஆழ்ந்த தியானம் போன்றது. மென்மை யான, நிதானமான, சீரான சொற்றொடர்களைத் திரும்பத்

திரும்பப் பாடும்போது, இளம் குழந்தைகளுக்கு உறக்கத் தைக் கொடுக்கிறது. ஆராரோ, ஆரிராரோ என்று நீலாம்பரி ராகத்தில் மென்மையாகப் பாடுவதும், குறிஞ்சியில் தாலேலோ என்று பாடுவதும் மென்மையான தாலாட்டா கிறது. தாலாட்டில் ஆர்ப்பாட்டமோ அமர்க்களமோ இருப்பதில்லை.

பாரோக் இசையான மேலைநாட்டு இசையில் ஆர்ப்பாட்ட மான ஸ்வரக்கட்டுகளும், சப்தமும், அமர்க்களமாக அரங்கை அதிர வைக்கின்றன. வாத்திய இசையில் சோனாடா, கான்செர்ட்டோ போன்றவை முழக்கம் இடுகின்றன.

வங்காளிகள் துர்கா பூஜையைக் கொண்டாடும் சமயத்தில், அவர்கள் தேவியை பூஜிக்கும்போது பாடும் துர்க்கைப் பாட்டும், உடன் முழங்கும் பேரிகை சத்தமும், சங்கு ஒலியும் மக்களின் மன எழுச்சியைத் தூண்டி கையில் தீச்சட்டியுடன் அவர்களை ஆட்டுவிப்பதைப் பார்க்கலாம். காளி பூஜையின் போது பலர் தன்வசம் இழந்து ஓங்கிய குரலில் ஆடிப் பாடி, காளியின் பாதத்தில் மயங்கி விழுவதைப் பார்க்கலாம்.

இதே காளியின் பூஜையை மாலை நேரத்தில் தாரகேஸ்வர் கோவிலில், ரவீந்தர சங்கீதத்துடன் நடத்தும்போது, மக்கள் மெய்மறந்த அமைதியுடன் பூஜிப்பதைப் பார்க்கலாம். இசையின் பிரயோகம் காலத்துக்கு ஏற்ப மாறுவதும், மக்களின் மன உணர்வும் அதற்கேற்ப மாறுவதும் இயற்கை யானது.

மனோநிலையை உயர்த்தும் இசை

இன்னிசையால் நம் மனோநிலை பலவாறாக பாதிக்கப்படு கிறது. நம்மை அறியாமலேயே நல்ல இசை நம்மை தன்வசப் படுத்துகிறது. மனத்தொய்வு அல்லது மனச்சோர்வு ஏற்படும் போது, நல்ல இசை நம் மனத்தில் நம்பிக்கையையும், உற்சாகத்தையும் ஏற்படுத்துகிறது. ஆர்ப்பாட்டமான, ஓங்கி முழங்கும் இசை மனத்தை அலைக்கழிக்க வைக்கிறது. மென்மையான இசை, நம் மனத்துக்கு ஆறுதலாகவும் அமைதியாகவும் இருக்கிறது. இசையை அனுபவிக்கத் தெரிந்தவனுடைய வாழ்வு அர்த்தம் உள்ளதாகவும் மகிழ்ச்சி நிறைந்ததாகவும் அமைகிறது. மனத்தைக் கட்டுப்படுத்தவும், தியானம் செய்யவும் மனிதன் இசையை நாடுகிறான்.

இசை தெரியாத மனிதன், வாலும் கொம்பும் இல்லாத விலங்கு என்று சொல்லப்படுகிறான். சங்கீதத்தால் மனம் இளகாத மனிதன் மிருத வதை, ராஜ துரோகம் செய்யத் தயங்கமாட்டான் என்று ஷேக்ஸ்பியர் சொல்கிறார். சங்கீதம் இல்லாத வாழ்வு ஒரு தவறு என்று ஃப்ரடெரிக் நீட்ச்சே சொல்கிறார்.

இறுக்கமான நினைவுகளை அகற்றி சிந்தனையில் புத்துணர்ச்சியைக் கொடுக்க வல்லது நல்ல இசை. உடற்கூறு மருத்துவம், இறுக்கமான தசைகளைத் தளரவைத்து பயிற்சி மூலம் செயல்பட வைப்பதுபோல், இறுக்கமான மனோ நினைவுகளை நல்ல இன்னிசை தளரவைத்து மனத்தை மென்மையாக்குகிறது.

சங்கீதம் என்பது தொடர்ச்சியான ஓர் அழுத்தமும் விடுபடலு மான அனுபவம் என்பது இகார் ஸ்டாவின்ஸ்கீயின் (1973) கூற்று.

பாட்டு வாயில் இருந்து தானாக வெளிவந்துவிடாது. பாடுபவன் தன் நாபியில் இருந்து சக்தியைத் திரட்டி, கண்டத்தில் இருந்து நாதத்தை வெளிக்கொணர, ஸ்ருதி சுத்தமான, ரஞ்சகமான, இசையைக் கொடுக்க தன் முழு அழுத்தத்தை வெளியிடுகிறான். நாதம் வெளியில் வரும் போதே அதன் தளர்வும் மென்மையும் அவனை ஆட் கொண்டு அவனையும் கேட்பவர்களையும் மகிழ்விக்கிறது.

வாத்ய இசையிலும் ஓர் அழுத்தத்தை வீணைக் கட்டையில் கொடுத்தால் ஒரு ஸ்வரமும், அதைத் தளர்த்தும்போது அடுத்த ஸ்வரமும் வருவதைக் கேட்கலாம். மகாத்மா காந்திக்கு விருப்பமான பஜனில் 'ஹரே ராம ஹரே ராம' என்ற வரிகளில் பக்தி ரசம் அழுத்தமாக வெளி வர, அடுத்து வரியில் சுவாசத்தை வெளியேற்றி 'ராம ராம ஹரே ஹரே' என்று பாடும்போது மென்மையும் தளர்வும் தானே வந்துவிடு கின்றன.

இந்த அழுத்தமும் தளர்வும் என்ற அனுபவத்தை, தனி ஆவர்த்தனம் என்று மிருதங்க, கஞ்சீரா பக்கவாத்தியக் காரர்கள் கொடுக்கும் பகுதியில் வெகுவாகவே கேட்டு ஆனந்தம் அடையலாம். முழு அழுத்தத்தோடு ஒரு கை

அடிக்க, அடுத்த பக்கம் வருடலாக மற்ற கை வாசிக்க, அந்த இன்பம் வாசிப்பவர்களுக்கும், கேட்பவர்களுக்கும் புரியும்.

எல்லாவகை இசையிலும் இந்த அழுத்தம் அல்லது இறுக்கம் - தளர்வு என்ற கொள்கை நிரந்தரமான இசை இலக்கணமாக அமைகிறது. இசைக்கு அழுத்தம் இல்லை என்றால் ஜீவன் இல்லை. கிராமியப் பாடல், நாட்டுப்பாடல், மெல்லிசை, கர்நாடக இசை இவை எல்லாவற்றிலும் இந்த இலக்கணம் உள்ளது.

வாழ்க்கை அனுபவமும்கூட அதைத்தானே கற்றுக்கொடுக்கிறது. ஓர் எதிர்மறைக்கு நேர்மறை, வெளிச்சத்துக்கு இருள், கேள்விக்குப் பதில், சர்ச்சைக்கு சமாதானம் என்ற இந்த வாழ்க்கைத் தத்துவம் இசைக்கும் பொருத்தமாகும். இது உலக இசை எல்லாவற்றுக்கும் பொருந்தும்.

இசையில் ஏற்படும் இந்த அழுத்தமும், தளர்வும், ஒரு மின்சார அதிர்வாக நம் மூளையில் மாறுகின்றன என்று மருத்துவர்கள் சொல்கிறார்கள். அழுத்தமும், தளர்வும் என்ற வாழ்க்கை தத்துவத்தை நாம் சுவாசிக்கும் முறையிலேயே உணரலாம். உடலின் சுவாசத்தை உள்ளுக்கு இழுக்கும்போது ஆக்ஸிஜன் உடலில் நிறைவது ஓர் அழுத்தமாகவும், சுவாசத்தை வெளியே விடும்போது ஏற்படுகிற உணர்வு தளர்வாகவும் ஆகிறது.

இயற்கையின் அதிர்வலைகளும், இசையின் அலைகளும் ஒன்றுபோலவே அமைந்துள்ளதில் இருந்தே, இசை இயற்கையின் வடிவம் என்பது தெரிகிறது. இயற்கையின் பிரதிபலிப்பான இசையில் ஏற்படும் லயம், தாளம், காலப் பிரமாணம், ஆழம் யாவும் இயற்கையில் இருந்தே ஆரம்பமாகிறது என்பதைக் காணலாம்.

கடலின் அலை ஓசை, காற்றின் ஓசை, காற்றில் தென்னை ஓலை ஆடும் ஓசை, மழைத் துளியின் ஓசை, மரத்தில் துளை போடும் மரங்கொத்தியின் அலகின் தாளம் யாவுமே இசையாகத்தானே ஆரம்பமாகின்றன. இந்த இசைக்கு மனிதன் தன்னுடைய அறிவாற்றலால், புத்திக்கூர்மையால், சக்தியால் ஒரு கலையாக உருவம் கொடுத்திருக்கிறான்.

இயற்கை அலைகளைப்போலவே இசை அலைகளும் உடலில் தோன்றும் நரம்பலைகளும் ஒன்றை ஒன்று

ஒத்திருப்பதைப் பார்க்க முடியும். மூளை மின்சார அதிர்வால் செல்களை செயல்படுத்துகிறது. இதன் அதிர்வுகள், பாரோக் இசைக்கு ஈடாக உள்ளது என்று டாக்டர். கோர்டன் ஷா சொல்கிறார். பாரோக், புதிய தலைமுறையின் கிழக்கு உலக சங்கீதம். ஆர்ப்பாட்டமான சங்கீதம். இந்த சங்கீத அலைகள், மூளையின் மின்சார அதிர்வலைகளை ஒத்திருப்பதை நரம்பியல் மருத்துவரான கோர்டன் ஷாவும் அவர் குழுவும் கண்டுபிடித்துள்ளனர்.

வெவ்வேறு பாதைகளில் செல்லும் இயற்கையும், மனித விஞ்ஞானமும் இசையில் எப்படி இணைகின்றன என்பதே ஒரு சுவையான விஷயமாக இருக்கிறது. ஒலி அலைகளில் இருந்து வெளிவரும் ஒரு சாதாரண ஓசை ஹா. இதனுடைய அழுத்தமே இசைக்கு ஆதாரமாக அமைந்துவிடும். ஒரு கிடார் மேதையோ, சித்தார் மேதையோ ஒரு தந்தியை மீட்டி 'ஹ' என்ற நாதத்தைக் கிளப்பி அதையே திருப்பித் திருப்பி மீட்டியோ, வாயால் பாடியோ தன் உணர்வை வெளிப்படுத்த முடியும். அந்த உணர்வு கோபமோ, துயரமா, இன்பமா என்பது அந்த ஒலியின் அழுத்தத்தையும் தளர்வையும் பொருத்தது.

நம் உடலில் தசை நாண்கள் திரும்பத்திரும்ப வேலை செய்வதன் அழுத்தத்தையும், தளர்வையும் எப்படி ஏற்றுக் கொள்கின்றவோ, அதுபோல் மனதும் இசையை ஏற்றுக் கொள்கிறது. புறத்தில் இருந்து ஏற்படும் அழுத்தத்தையும், தளர்வையும் நம் மனது ஏற்றுக்கொள்ளத் தகுந்தாற்போல், இசை தன்னை உருவகப்படுத்தி ரசிகனுக்குத் தருகிறது.

நாதத்தால் உடலில் ஏற்படும் மாற்றம்

சுவிஸ் மருத்துவரும் இயற்கை விஞ்ஞானியுமான ஹான்ஸ் ஜென்னி, அணுக்கள், தசைகள், திசுக்கள், திரவங்கள் போன்ற இயற்கையில் நிறைந்து கிடக்கும் பொருள்களைக் கொண்டு பல உருவ அமைப்புகள், கணித வடிவ அமைப்புகள், கலை உருவங்கள் அமைத்து ஆராய்ச்சிசெய்து பார்த்தார். நாதத்தின் ஸ்வர அசைவுகளையும், ஸ்தாயியையும் மாற்றுவதன் மூலம் அசைவுள்ள மூலப்பொருள் மாறுவதை வைத்து பல உருவகங்கள் வடிவங்கள் செய்ய முடியும் என்று நிரூபித்தார்.

இந்த ஆராய்ச்சியின் மூலம் அவர் சொல்ல விரும்பியது, மனித உறுப்புகளும், அணுக்களும், திசுக்களும் இசை அலைகளால் மாற்றம் அடைகின்றன என்ற உண்மையைத் தான். அதை அவர் உறுதிப்படுத்தினார்.

இந்தக் கண்டுபிடிப்பின் விளைவாக இசையையும் ஒரு மருத்துவ முறையாகப் பயன்படுத்தலாம் என்ற நம்பிக்கை பன்மடங்கு அதிகரித்தது.

மூட்டு வலி, முடக்கு வாதம், முதுகு வலி, அறுவைச் சிகிச்சைக்குப் பிறகான சிகிச்சை, விளையாடும்போது ஏற்பட்ட காயம், எலும்பு முறிவுச் சிகிச்சை, தசை நாண்களில் காயம், உடல் வலி போன்றவற்றுக்கெல்லாம் இசை மருத்துவமாக அமைந்து மனிதனை நடமாட வைத்து, தன்னம்பிக்கை கொடுக்கிறது.

இசையால் நல்வாழ்வு

பூமியில் தோன்றிய நாள் முதல், மனிதனுக்கு இசை ஒரு மொழியாகவே அமைந்து அதன் மூலம் நல்ல எண்ணங் களைக் கொடுத்து நல்வாழ்வைக் கொடுத்து வருகிறது. தாலாட்டில் இருந்து ஆரம்பித்து ஆதிவாசிகளின் கொட்டு, பறை, முழக்கம், படகோட்டியின் தெம்மாங்கு, கழனிகளில் களை அறுக்கும் உழவுப் பாட்டு, உழைத்துக்கொண்டே பாடும் தொழிலாளியின் நாடோடிப் பாட்டு, காதலிக்குத் தூது அனுப்பும் இனிய புல்லாங்குழல் ஓசை இவை அனைத்துமே உணர்ச்சியின் வெளிப்பாடாக அமைகின்றன.

மன அமைதி, களிப்பு, அன்பு, ஆர்வம், பக்தி, வலி, ஏமாற்றம், திகைப்பு எல்லாவற்றுக்கும் இசையே மொழியாக அமை கிறது. உள்ளக் கிடக்கையை வெளிப்படுத்த, பேச்சுக்கே இடம் இல்லாமல் இசை அந்த வேலையைச் செய்கிறது.

மன உணர்வுகளை மறைத்து, தன் ஏமாற்றத்தையோ, தோல்வியையோ வெளியில் சொல்லாமல் மனத்தில் புதைத்து மனோ நோய்க்கு ஆளாகும் ஒருவனுக்கு, சங்கீதம் ஒரு நல்ல சக்தியாகி அவன் உள்ளுணர்வை வெளியே கொணர்ந்து, அவனுடைய யதார்த்த குணத்தை நிலைநிறுத்தி, அவனுடைய சகஜ வாழ்க்கைக்கு அவனைத் திருப்புகிறது.

இசையால் உணர்வுகள் வெளிப்பெருகி, மன அழுத்தம் இளகி, அவன் மனக் கிலேசம் மறைகிறது. சாதாரண மனோ வியாதி அல்லது மனச்சோர்வு அல்லாமல் மூளைச் சிதறல் ஏற்பட்ட, கட்டுக்கு அடங்காத வெறியர்களைக் கூட இசை சாந்தப்படுத்துகிறது. மொஸார்ட்டின் மெல்லிசையைக் கேட்கும்போது நம் மனம் மயங்குவதும், ஆர்ப்பாட்டமாக வாசிக்கப்படும் வைவால்டியின் நான்கு பருவங்கள் இசையைக் கேட்கும்போது மனம் உக்கிரம் அடைவதும் மன உணர்ச்சிகளின் வெளிப்பாடுதான்.

இசையும் மனிதனின் நடத்தையும்

இசை மருத்துவம் ஆரம்பமாகி உள்ளதற்கு முக்கியக் காரணம், மனிதனுக்கும் இசைக்கும் உள்ள தொடர்பும் மனிதனின் நடத்தையும்தான். இளங்குழந்தைகளின் மருத்துவத்தில் இசை பெரும்பங்கு வகிக்கிறது. குழந்தைகளின் வலது பக்க மூளையில் உள்ள செல்கள், திசுக்கள், மெல்லிசையைக் கிரகித்துக்கொண்டு அதன் பிரதிபலிப்பை, நிவாரணத்தில் காட்டுகிறது.

மூளை, இசையை இயற்கையாக கிரகித்துக்கொள்கிறதா அல்லது பயிற்சியால் அறிந்துகொள்கிறதா என்ற ஆராய்ச்சி வியப்பான முடிவைத் தருகிறது. சைக்காலஜி டுடே (Oct 2000, p.28) என்ற பத்திரிகை, சிக்கலான இசை வடிவங்கள் மூளை யின் மென் திசுக்களால் கிரகிக்கப்படுவதில்லை. ஆனால், மூலாதாரமான மெல்லிசை, எளிய பாட்டு, மென்மையான ஸ்வரங்கள், வார்த்தைகள் போன்றவை மூளையின் செல் களில் மாற்றத்தையும், சிகிச்சையில் நிவாரணத்தையும் கொடுக்கின்றன என்று சொல்கிறது.

ஓர் ஆராய்ச்சிக்காக சில வளர்ப்புப் பிராணிகளை மூன்று எளிமையான மத்திம ஸ்தாயியில் உள்ள மெல்லிசைக்கு உட்படுத்தியபோது, ஒவ்வொரு பிராணியின் மூளையில் உள்ள ஒவ்வொரு நியூரான்களும் ஒவ்வொருவிதமான பிரதிபலிப்பைக் காட்டின. நியூரான்கள் பழக்கமான, பயிற்சி கிடைக்கும் ஒலிக்கு நல்ல பிரதிபலிப்பைக் காட்டுகின்றன.

மொழி தெரியாத வளர்ப்புப் பிராணிகளைப் பெயர் சொல்லி அழைக்கும்போது ஓடிவரும் செயல் அல்லது சாப்பாட்டுக்கு

அவற்றை அழைக்கும்போது அவற்றின் ஒத்துழைப்பு - இவை யாவும் ஒரு புரட்சிகரமான புரிதலை விளக்கு கின்றன. மனிதனுடைய மூளை மட்டும்தான் பயிற்சியால் அறிவாற்றல் பெற முடியும் என்பதில்லை. பிராணியின் மூளையும் பயிற்சியால் அறிவு பெறுகிறது. இதனாலேயே விஞ்ஞான ஆராய்ச்சிகள் முதலில் பிராணிகளை வைத்தும், பிறகு மனிதர்களை வைத்தும் நடத்தப்படுகின்றன. இதுவே இசை மருத்துவத்துக்கும் ஏற்புடையதாகும்.

இசையும் மனிதாபிமானமும்

இசையைக் கேட்பவர்களின் மனத்துக்கும், உணர்வுக்கும் இசை அருமருந்தாக அமைகிறது. நாதோபாசனை செய்கிற வர்களுக்கு இசை தெய்வாம்சமாகக் காட்சி கொடுக்கிறது. இயற்கையின் வரப்பிரசாதமான இசை, கேட்பவருக்கும் தெய்வ தரிசனம் தருகிறது.

வாழ்வில் இன்னல்களை அனுபவித்து துன்பத்தையே அடைந்த அபாக்கியசாலிகளுக்கு இசை மிகுந்த சக்தியையும் தன்னம்பிக்கையையும் கொடுக்கிறது. அறிவாற்றல் குறைந்த, சராசரி வாழ்வுக்கும் கீழான பாமரனுக்கும் இசை இன்பத்தைக் கொடுக்கிறது.

வயோதிகனுக்கும், முடவனுக்கும், உடல் ஊனமுற்றோர்க்கும், பச்சிளங்குழந்தைக்கும் இசை ஒரு நெருங்கிய நண்பனாக இருக்கிறது. கர்ப்பத்தில் உள்ள சிசுவின் ஆரோக்கியமான வளர்ச்சிக்கும் முழுமை அடையாமல் குறை மாதத்தில் பிறக்கும் ஆரோக்கியக் குறைவான குழந்தையின் வளர்ச்சிக்கும் இசை பக்கபலமாக இருக்கிறது.

‘உறங்கு குழந்தாய்’ (Baby-go-to-sleep) என்ற ஒலிநாடாவை உருவாக்கிப் பிரபலமாகியுள்ள வுட் ஃபோர்ட் என்பவர், இன்டியானா பல்கலைக் கழகத்தின் குழந்தைகள் இல்லப் பிரிவில், குறிக்கோளோ, திட்டமோ இல்லாமல் ஒரு பொழுதுபோக்கான ஆர்வத்தில் இசையைக் குறித்து செய்த ஆராய்ச்சி, வியக்கவைக்கும் முடிவைக் கொடுத்துள்ளது.

94 சதவீதக் குழந்தைகள், பாட்டிலை உறிஞ்சிக்கொண்டோ அல்லது ரப்பர் நிப்பிளை உறிஞ்சியபடியோ உறங்குவ

தில்லை. ஆனால், மென்மையான இசையைக் கேட்டபடி உறங்குகின்றன. இசைக்கு ஏற்ற பக்கவாத்தியமாக மனிதனின் இதயத் துடிப்பை ஒலிநாடாவில் பதிவு செய்து மென்மையான லயத்துடன் பாட்டை கேட்க வைக்கும் போது, அதைக் கேட்டுக்கொண்டே குழந்தைகள் உறங்கியது தெரியவந்தது.

4

Dr. சங்கீதம்

'இசையே அன்புக்கு உணவு என்றால்
பாடிக்கொண்டே இரு'

- வில்லியம் ஷேக்ஸ்பியர்

இசை என்பது ஒரு கலை வடிவம் என்பதில் எந்தச் சந்தேகமும் இல்லை. ஆனால், இசையின் லயம் உள்பட அதில் அடங்கியுள்ள முக்கியமான கூறுகள், இயற்கையாகவே உடலிலும் அமைந்துள்ளதால் தான் இசையை ஒரு மருத்துவ விஞ்ஞானமாகவும் பார்க்கும் பார்வை உருவாகியது.

லயம் அல்லது துடிப்பு, பிறந்த குழந்தைக்கு ஏற்படும் முதல் அனுபவம். பிறந்த இரண்டு நாள் ஆன குழந்தையின் உள்ளங்காலைத் தொட்டால் உடனே இழுத்துக்கொள்ளும் வேடிக்கையைப் பார்க்கலாம். நாடித் துடிப்பு, இதயத் துடிப்பு, சுவாசத் துடிப்பு, உடல் அசைவு இவை யாவும் நம் உயிரோட்டத்துடன் இணைந்துள்ள, வாழ்க்கையின் வேலைக் கிரமங்கள் என்பதை நவீன விஞ்ஞானம் ஏற்றுக்கொள்கிறது.

நம்மைச் சுற்றி வெளியிலும், நம் அகத்திலும் லயம் நிறைந்திருக்கிறது. நம் உடலுக்குள் ஏற்படும் லயத்தைக் கூர்ந்து கவனித்தால், நாம் நன்றாக அதை அறிய முடியும். நம் சுவாசச் சுழற்சி, இதயத் துடிப்பு, உயிர், வாழ்க்கைச் சக்கரம் அனைத்தும், லயத்தாலும் அதன் எதிரொலி அலைகளாலும் நடத்திச் செல்லப்படுகின்றன. உண்மையில், அந்த லயம் நம் உடல் மறைவோடு நின்றுவிடுகிறது என்பதும் புலப்படுகிறது.

நம்முடைய சிரிப்பு, அழுகை, கூச்சல், பாடல் இவையாவும் மெல்லிசையால் உருவாக்கப்பட்டு, குறிப்பிட்ட லயத்தைப் பின்பற்றுகின்றன. பல்வேறு இசை வடிவங்கள், சுற்றுப்புற சமூகக் கலாசார அமைப்புக்கு ஏற்றவாறு மாற்றம் அடைகின்றன. இசையின் இந்த மாற்றத்தை அனுசரித்து உணர்ச்சிகள் வெளிப்படுகின்றன.

வாழ்க்கைச் சக்கரம்போல், ஜீவ சாஸ்திர அமைப்பைப்போல் இயற்கையும், லயமும் சுழற்சிஉள்ளதாக அமைந்துள்ளன. காலச் சக்கரத்தில் பருவங்கள் சுழன்று, உயிர் வாழ்க்கையில் பிறப்பு, வளர்ச்சி, மேலும் இறப்பு என்று முடிகிறது. மனித உடலில் வாழ்க்கை ஒரு லயத்தோடுதான் ஓடிக்கொண்டு இருக்கிறது. உடலுக்குள் உள்ள பிண்டம், தோல், தசைகள், வலி, நாடி, சுவாசம், ரத்த ஓட்டம், உணவுச் செரிமானம், உறக்கம் யாவுமே ஒழுங்கான லயத்துக்குள் கட்டுப்பட்டது என்பதை விஞ்ஞான உலகமும், மருந்துகளும் கண்டறிந்துள்ளன.

உயிர் வாழ்க்கையின் எல்லா சடங்குகளும் சுவாசித்தல், உணவு உட்கொள்வது, கழிவை வெளியேற்றுவது, ஜீவ தத்துவ பரிணாமம், சக்தி பரிமாற்றம், ரத்த ஓட்டம், நரம்புகளின் செயல், இன விருத்தி இவை யாவும் இணைந்து, நம் உடலுக்குள் மேடை அமைத்து, வாத்ய கோஷ்டி அமைத்து இன்னிசைக் கச்சேரி நடத்துகின்றன. விஞ்ஞானிகள், உடலில் லயத்தின் இயக்கத்தை ஒரு இன்னிசைக் கச்சேரி என்றே சொல்கிறார்கள். இதனால், உடலில் உள்ள மரபணுக்களின் நாடா (குரோமோசோம்கள்) உறைந்து, பிரிந்து, அணுப் பிரிவுகள் நடக்கின்றன.

இசை மண்டபத்தில் இசையை முறையாக நடத்திச் செல்லும் நடத்துனர்போல், உடலுக்குள்ளும் ஒரு நடத்துனர்

இருக்கிறார். மரபணுக்களைக் கூறுபோடும் செயலைத் தணிக்கை செய்கிற, தவறுகளைச் சரிபார்க்க மரபணு நடத்துனரான Miotic symphony called check points, உடலுக் குள்ளும் இருக்கிறது. செக்பாயிண்டின் உதவியால் மரபணுக் களின் கூறுகளில் தவறு நிகழாமல் இருக்கிறது. தவறு ஏற்படும்போது (உடல் உறுப்புகளின் இசைக் கச்சேரியில் அபஸ்வரம் நிகழும்போது) உடலில் நோய்களும், புற்று நோய், 'டௌன் சின்ட்ரோம்' அறிகுறிகளும் ஏற்படுகின்றன. பாக், பீத்தோவன், மொஸார்ட், மென்டல் சான்ஸ் ஆகியோருடைய இசை நிகழ்ச்சிக்கு நிகரான, அழகான மேம் பட்ட ஓர் இசை நிகழ்ச்சி, மனித உடலுக்குள்ளும் தொடர்ந்து நடைபெற்றுக்கொண்டுதான் இருக்கிறது என்று சொல் கின்றனர்.

இசை லயமும், உடல் லயமும்

பழங்குடி மக்களிடையே உள்ளுணர்வை மழுங்கச் செய்யும் ஷாமானிய இசை முறை நெடுங்காலமாக வழக்கத்தில் உள்ளது. பறை அல்லது தப்பட்டையை விநாடிக்கு ஒன்றரை தட்டு என்ற வீதத்தில் தட்டினால், அந்த நிதானத்தில் மக்கள் ஒரு மயக்க நிலையை அடைவார்கள். Landereth and Harrer இருவருடைய சமீபத்திய ஆராய்ச்சியின்படி, மெதுவான தட்டல் அல்லது தாளம், சுவாச சுழற்சியையும், இதயத் துடிப்பையும் குறிப்பிடத்தக்க வகையில் நிதானமடையச் செய்கின்றன.

மெல்லிசையின் லயம், மூளையின் அதிர்வலைகளில் லயத்தில் மாற்றம் ஏற்படுத்துவதால் நம் உணர்வுகளில் மாற்றம் தெரி கிறது. பீட்டா அதிர்வலைகளால் அதீத சுறுசுறுப்பும், ஆல்ஃபா, தீட்டா, டெல்டா அதிர்வலைகளால் அமைதியான நிலையோ ஆழ்ந்த உறக்கமோ ஏற்படுகிறது. ஒரு ஸ்ருதி சுத்தமான இன்னிசையின் ஒழுங்கான முறையும், லயத்தின் செயல் பாடும் மனிதனிடம் உறக்கத்தில்கூட மாற்றத்தை ஏற்படுத்து கிறது.

2001, டிசம்பர் 22-ம் தேதி, டில்லியில் நான் நடத்திய ஒரு இசைப் பட்டறையில் அரசியல் நிபுணர்கள், அரசாங்க அதிகாரிகள், யோக ஆசான்கள் மற்றும் இசைக் கலைஞர்கள், ரசிகர்கள் கூடியிருந்தனர். ஒரு தபேலா அல்லது கஞ்சீராவின்

மென்மையான லயத்தைத் தரும் ஒரு தட்டு, மனிதனை அழுத்தத்தில் இருந்து விடுபடவைத்து மனத்துக்கு அமைதியைத் தருகிறது என்பதைச் செயல்முறையாகச் செய்து காட்டியபோது, அவர்கள் அமைதியாக இருந்ததோடு, 'டென்ஷன்' குறைந்துவிட்டதையும் உணர்ந்தனர்.

ஐம்புலன்களை இயக்கும் நரம்பு மண்டலத்துடன் இணைந்துள்ள மூளைக்கு, அதன் செயல்களான பார்வை, செவிப்புலன், ஸ்பரிசம், உணர்ச்சிகள், பேச்சு, சங்கேதக் குறிகளை அறியும் நுண்ணறிவு போன்றவை சிறப்பாகச் செயல்பட, மூளைக்குப் பயிற்சியாக நல்ல இசைக் கச்சேரி- வாத்ய இசை அமைகிறது.

'அல்ஸீமர்ஸ்' (Alzhiemier's) என்ற வயோதிகத்தின் தாக்கத்தால் ஏற்படும் நோய், உற்றார் உறவினர்களைக்கூட புரிந்து கொள்ள முடியாத நிலைமைக்குத் தள்ளுகிறது. ஆனால், இளமையில் கேட்ட/கற்ற இசையை அவர்கள் நினைவோடு பாடுவார்கள். மனிதனிடம் எந்த அளவு இசை புதைந்துள்ளது அல்லது அவனைத் தாக்குகிறது என்பதற்கு இது ஓர் நல்ல உதாரணம்.

ஆழ்ந்து பார்க்கும்போது, மிகச் சாதாரண நிலையில், சுதந்தரமாகச் செயல்படும் நரம்பு மண்டலத்தில் வேரூன்றிப் போன, மற்றவர்களுடன் இணைந்துபோகின்ற குணமும் மற்றவற்றுடன் ஒன்றிப்போகின்ற குணமும், பலதரப்பட்ட இசைப் பகுதிகள் மூலம் மேலும் விரிவடைகின்றன. நரம்பு மண்டலத்தை செயல்படத் தூண்டும் இசைக்கும் மனிதனுக்கும் நெருங்கிய உறவு அல்லது புரிதல் உள்ளது. இந்த உறவு, மனிதன் உடல்நலக் குறைவானபோதும், உடல் செயல் இழந்து முடங்கிப்போகும் நேரத்திலும்கூட தொடர்கிறது. இசையை அனுபவிப்பதற்கு ஆழ்ந்த இசை அறிவோ பயிற்சியோ அவசியம் இல்லை.

இந்த அடிப்படையில்தான், எழுத்தறிவில்லாதவனுக்கும், நோயாளிக்கும், மன வளர்ச்சிபாதித்தவனுக்கும் வாழ்வின் அந்திமத்தை நெருங்கிவிட்ட நோயாளிக்கும், மனப் போராட்டம் அடங்கவும், சோகத்தில் இருந்து விடுபடவும், மனவளர்ச்சிஅடையவும், புலனறிவு வளரவும், இசையை அருமருந்தாகக் கொடுத்து அவர்களின் துன்ப நிலையில் இருந்து விடுவிக்க முடியும் என்பது உறுதிப்படுகிறது.

லயத்தின் விரிவு

லயத்தின் கூறுகள், நம் உடலின் உள்ளே அமைந்துள்ள உயிர் அணுக்களின் செயல்களை நடத்திச்செல்கின்றன. காலப் போக்கில் உயிர் அணுக்களில் இருந்து திசுக்களும், திசுக் களின் வளர்ச்சியால் உடல் உறுப்புகளும், உறுப்புகளின் வாயிலாக உயிர் வாழ் மனிதனுக்கோ அல்லது பிராணிக்கோ வளர்ச்சியையும் கொடுக்கின்றன.

நாத யோகிகள், இசையானது மனிதனின் வளர்ச்சியோடு நிற்காமல் பிரபஞ்சத்தில் பல அற்புதங்களை நிகழ்த்துகிறது என்கிறார்கள். பௌதிக சாஸ்திர விஞ்ஞானிகள், இந்தப் பிரபஞ்சம், மண், கல், ஸ்படிகம், மரம் மட்டை போன்ற ஜடப்பொருள்களால் மட்டுமே ஆனதில்லை; லய அலை களின் சக்தியால் முழுமை அடைந்து இயங்குகிறது என்று சொல்கிறார்கள்.

நாம் ஆர்வம் எடுத்துக் கூர்ந்து கவனித்தால் நம் உடலில் உள்ள சாதாரண இதயத் துடிப்பையும், சுவாச சுழற்சியையும் லயங்களாக உணர முடியும், குறிப்பிடும்படியாக, இந்தத் துடிப்பை சில நேரங்களில் அதிகமாக உணர முடியும், பல் வலிஅல்லது வேறு ஏதாவது வலி, 15-30 விநாடிகளுக்கு ஒருமுறை விட்டு, விட்டு சுழற்சியில் வருவதை உணர முடியும்.

பிறப்பின் பெரும் விந்தையான பிரசவ வலியும்கூட ஒரு லயத்துடன் விட்டு விட்டு வருவதைத் கர்ப்பிணிகள் உணர்ந்து அனுபவித்திருப்பார்கள். தூக்கம்கூட ஒருவகை லயத்தின் சுழற்சியாகவே மெல்ல மெல்ல ஆட்கொள்கிறது. பிரபஞ்சம் முழுதுமே லயத்தால் ஆளப்படுகிறது என்பது பலருடைய அனுபவம்.

நாத யோகம்

உலகத்தில் பரவிக் கிடக்கும், மிகப்பெரும் பழங்காலத்து ஆதிவாசிகள், சப்த அலைகள் மனத்தையும், மனோநிலை யையும் பாதிக்கக்கூடிய சக்தி வாய்ந்தது என்பதைப் புரிந்து கொண்டார்கள். அந்த யோக சாஸ்திரத்தை அறிந்த இந்தியர் கள், பிரபஞ்சமும் மனிதர்களும் நாத அலைகளின் சக்தியால் வாழ்கிறார்கள் என்பதை அறிந்துகொண்டார்கள். ஜடப்

பொருளால் மாத்திரமல்லாமல், நாத அசைவின் சக்தியாலேயே உலகம் உருவானது என்பதை பௌதிக சாஸ்திர விஞ்ஞானிகளும் புரிந்துகொண்டுள்ளனர். இதன் பயனாகவே நாதத்தை நாதப்ரம்மம் என வழிபட்டனர்.

நாதம், இசையை இரண்டு வகைப்படுத்திக் காட்டுகிறது. நம் அகத்துக்குள் (உடலில்) இருக்கும் நாதம் அநாஹதம் என்ற உள்ளிசை. நம்மைச் சுற்றி வெளியே உள்ள, மனிதனால் ஏற்படுத்தப்பட்ட நாதம் ஆஹத நாதம் என்ற வெளியிசை. இயந்திர சக்தியைக் கொண்டு ஏற்படுத்தப்படும் மின்சார, ரசாயன சக்திகளின் கலவையாக ஏற்படும் ஆஹத நாதத்தை மனிதன் செவி வழியாகக் கேட்டு ஆனந்தப்படுகிறான். இது சாமானிய மனிதர்களுக்கும் சாத்தியம். ஆனால், அநாஹத நாதத்தைப் புரிந்துகொள்ள தியானம், அறிவு, ஆர்வம், பொறுமை மிகவும் அவசியம். யோகியாக வாழ்பவன் அநாஹத நாதத்தை உணர்ந்து தன்னை அறிகிற ஆற்றலைப் பெறுகிறான்.

நம் உடலுக்குள் பரவியுள்ள நாதத்தை எப்படி உணர்வது? இதற்கு முதன்மையாகத் தியானம் தேவை. அமைதியாக, சத்தமோ, கூட்டமோ இல்லாத இடத்தில் திறந்த வெளியில் அமர்ந்து கண்மூடி ஸ்வாசப் பயிற்சியை ஆரம்பிக்க வேண்டும். சுதர்சன் க்ரியா என்பதும், ப்ராணாயாமம் என்பதும் இந்த சுவாசப் பயிற்சியே ஆகும்.

உதரவிதானத்தில் ஆரம்பித்து, இதயம், சுவாசப் பைகளில் இருந்து காற்றை இழுத்து ஆழ்ந்து மூச்சை வெளியேற்ற வேண்டும். மூச்சு வெளியேறும்போது ஏற்படும் சத்தத்தைக் கூர்ந்து கவனித்தால் அது உள்ளிருந்து வரும் நாத அலை என்று புரியும். மூச்சை வெளியேற்றும்போது கண்டத்தில் இருந்து சப்தம் எழுப்பக் கூடாது. தானாக வெளியேறும் மூச்சை, மனத்தை ஒருநிலைப்படுத்தி 2, 3 நிமிஷம்வரை நிறுத்தி அசுத்தக் காற்றை வெளியேற்றி பயிற்சி செய்தால் அநாஹத நாதத்தைக் கேட்க முடியும்.

சுவாசத்தை நிறுத்தி வெளியேற்றிய பிறகு, சுத்தக் காற்றை (ஆக்ஸிஜன்) நிதானமாக உள்ளுக்குச் சுவாசித்து, இதயம், நுரையீரல், டியோடினம் (உதரவிதானம்) வரை காற்றை நிரப்ப வேண்டும். ஸ்வாசத்தை வெளியிடும் நேரத்தை 5, 10

நிமிஷம் வரை அதிகமாக்கினால், அநாஹத நாதத்தைக் கேட்பதோடு, உடலுக்குப் புத்துணர்ச்சி கிடைப்பதோடு, மன அழுத்தம் வெளியேறி, மனச் சாந்தியும் ஏற்படும். மூச்சுப் பயிற்சியும், அநாஹத நாதப் பயிற்சியும் மன அதிர்ச்சியில் பாதிக்கப்பட்டுள்ளவர்களுக்குப் பரிந்துரைக்கப் பட்டுள்ளன. இந்தப் பயிற்சியால் மனத்தைக் கட்டுப்பாட்டுக் குள் வைக்கிற சக்தியும், மன உணர்வுகளை விரிவடையச் செய்து தன்னைத்தானே அறிந்துகொள்ளும் ஆற்றலும் ஏற்படும்.

யோகப் பயிற்சியில், சுயமாக உருவாகும் சுயம்பு ஸ்வரங்கள் எனப்படும் அநாஹத நாதத்தில், ரிச்சக்கா மூச்சை வெளி யேற்றுதலும் கும்பக மூச்சை நிலைநிறுத்தி அநாஹத நாதத்தை உணரும் நிலையும், மனிதனின் அந்தராத்மாவை உணரவைத்து மேன்மையான அனுபவத்தைத் தருகின்றன.

கர்நாடக சங்கீதத்தை, ஒரு பிரம்மாண்ட சாதனை என்று சொல்லலாம். அநாஹத இசை, பரிபூரணமான ஒரு விந்தை. ஆஹத இசை ஒரு பொதுஜனக் கலை. தென்னிந்திய கர்நாடக சங்கீதம், ஆஹத இசையை ஒரு பிரம்மாண்ட சமுத்திரமாக உருவாக்கி இருக்கிறது. 72 மேளகர்த்தா அல்லது ஜனக ராகங்கள் என்றும், அதில் இருந்து பிறக்கும் ஆயிரக்கணக் கான ஜன்ய ராகங்களும், 108 வகையான தாள விஸ்தரிப்பு களும், வாழ்நாள் முழுவதும் சாதகம் செய்தாலும், புதிது புதிதாகக் கற்றுக்கொண்டாலும் எல்லையை அடைய முடியாத பிரமிப்புதான் இந்தத் தென்னிந்திய இசை.

இந்திய இசைக்கலை மிகப் பழமையானது. ஆரியர்களுக்கும், வேத காலத்துக்கும் முன்னால் மக்கள் இயற்கையை வழி பட்டு வந்த காலத்துக்கும் முன்னால் ஆரம்பமானது இந்திய இசை. வேத காலத்தில் வேதங்களில் குறிப்பிடப்படும் ருத்ரன், உக்கிரமான கோபம் நிறைந்த அழிவுக்கு ஆதாரமான தெய்வம் என்றும், சிவனுக்குச் சமானமானவன் என்றும் வணங்கி வந்தார்கள். இவன்தான் ருத்ர மூர்த்தி, அவர் கையில் உள்ள உடுக்கை எனப்படும் தாள வாத்யம் அவருக்கு அடையாளம். உடுக்கையின் இடையில் கைவைத்து, அதை ஆட்டும்போது, அதன் இரு தோல் பகுதிகளில் இருந்து தொங்கும் கயிறோடு சேர்ந்த சிறு கொட்டை நாதத்தை

எழுப்பும். அது எழுப்பும் நாதம் மிக சக்திவாய்ந்ததாக, அழிவைக் குறி சொல்லும் பயமுறுத்தலாக இருக்கும்.

சிவனுடைய இருப்பிடம் மயானம். உடலில் திருநீறு பூசி, கையில் உடுக்கையும், புலித்தோலும் போர்த்தி, காதில் குழைகளும் சிரசில் கங்கையும் இளம் பிறையுமாக உருக் கொண்டவர். தில்லை அம்பலவாணராக எழுந்தருளி உள்ளார்.

சமீப காலம்வரை, கையில் உடுக்கையை ஏந்தி, மயான பூஜை செய்துவிட்டு, உடுக்கையை ஒலித்துக்கொண்டே, குறி சொல்லிக்கொண்டு இருளோடு இருளாக நடு இரவில் செல்லும் உடுக்கைப் பாண்டிகள் வாழ்ந்து வந்தனர் (குடுகுடுப்பைக்காரர்கள்).

சிவன் கை உடுக்கைபோல், உலகைப் பாதுகாக்கும் விஷ்ணுவின் கையில் சங்கு உள்ளது. சங்கில் இருந்து கிளம்பும் சங்க நாதம் மிகவும் மங்களகரமான இசையாக ஆராதிக்கப்படுகிறது. பூஜைகளிலும், திருமணங்களிலும், சவ ஊர்வலத்திலும்கூட சங்கு முழங்குகிறது.

வங்காளிகளுக்கும் சங்கு நாதத்துக்கும் மிக நெருங்கிய தொடர்பு உள்ளது. காலையும், மாலையும் சங்க நாதத்துடனேயே அவர்களுடைய நாள்களும் வாழ்க்கையும் ஓடுகின்றன. சங்க நாதம், மன அமைதியைக் கொடுத்து, மனத்தை தியானத்தில் ஆழ்த்துகிறது.

சிவன், விஷ்ணு, பிரம்மன் என்று இந்துக்களின் திருமூர்த்தி தெய்வ வழிபாட்டில், பிரம்மன் உலகின் சிருஷ்டிகர்த்தாவாக விளங்குகிறார். பிரம்மனின் துணைவியான சரஸ்வதி, வீணாவாசினியாகக் கையில் வீணை ஏந்தி இருக்கிறாள். வீணையின் தந்தி நாதத்தின் அலைகள், உடலில் வியாபித்துள்ள ஏழு சக்கரங்களைத் தூண்டுபவையாக உள்ளன. உடலுக்கு உருவம் கொடுக்க ஆதாரமாக முதுகெலும்பு உள்ளது போல், நீண்ட தண்டில் ஏழு ஸ்வர ஸ்தாயிகளைக் கொண்டதாக வீணை அமைந்துள்ளது. வீணையில் உள்ள ஏழு ஸ்வரங்களுக்கு நிகரான ஏழு சக்கரங்கள் நம் உடலில் உள்ளன.

ஏழு ஸ்வரங்களைக் கேட்டு மகிழும் யோகி, அந்த நாத அலைகள் ஏழு சக்கரங்களில் விளைவிக்கும் அற்புதத்தை

உணர்ந்தவராக இருக்கிறார். அவர் ஏழு சக்கரங்களின் ஸ்தானங்களிலும் உலவி, ஏழு சக்கரங்களின் ஆதார உணர்வு களையும் அடைகிறார். சப்தஸ்வரங்களின் ஆரோஹண, அவரோஹணம்போல், உடலில் கீழே பாதத்தில் இருந்து தலை வரை அமைந்துள்ள சக்கரங்களின் வலிமையை, வீணை வாசிப்பவன் இசையை மாத்திரம் அனுபவிக்காமல், சக்ர யோகத்தையும் அனுபவிக்கிறான்.

தம்புராவும் அதன் ஸ்ருதியின் மகத்துவமும்

இந்திய சாஸ்த்ரிய சங்கீதத்தில் ஸ்ருதிக்கான கருவியாக தம்புரா சிறப்பு வாய்ந்த முதலிடம் பெறுகிறது. நாலு தந்திகள் கொண்ட தம்புராவில் பஞ்சமத் தந்தி, மேல் ஷட்ஜம தந்திகள் இரண்டு, மந்தர ஷட்ஜம் ஆன கடைசிதந்தி. பஸ்ஸஸ என்ற நாதத்தை எழுப்பும் தம்புரா ஒரு சாதாரண ஸ்ருதி வாத்தியம் இல்லை. ஆதார ஸ்ருதியைக் கொண்டு ஒரு ராகத்தின் பல ஸ்தாயிகளும் ஸ்ருதிகளும் தன் இடத்தை விட்டுப் பிறழாமல் அதனதன் இடத்தில் இருந்து சஞ்சாரிக்கப் பாடகனுடைய திறமைக்குத் துணை போவதாக அமைவதே தம்புரா ஸ்ருதி.

தேர்ந்த பாடகனுக்கும், ரசிகனுக்கும் மந்த்ர ஷட்ஜமத்துடன் அந்தர காந்தார ஸ்வரமும், பஞ்சமத்துடன் சதுஸ்ருதி ரிஷபமும் ரீங்காரமிடுவது தெரியும். அப்போதே தம்புராவின் ஸ்ருதி நேர்த்தியாகச் சேர்ந்திருப்பதாக அர்த்தம். பாட்டுப் பாடாமல் தம்புராவை ஸ்ருதி சேர்த்து வெறும் ஸ்ருதியை 15 அல்லது 20 நிமிஷம் கண்களை மூடி, மீட்டிக்கொண்டிருந் தால், அதனால் ஏற்படும் மன அமைதியும், மென்மையும், நிறைவையும் அனுபவித்தால்தான் புரியும்.

19-ம் நூற்றாண்டில் வாழ்ந்த பெரும் இசைக் கலைஞர் பிக்ஷாண்டார்கோவில் சுப்பராயர், மேடையில் கச்சேரிக்கு உட்காருவதற்கு வெகுநேரம் முன்னாலேயே, தன் இரண்டு தம்புராவை மேடைக்கு அனுப்பி, மீட்டும்படி ஆள்களை அமர்த்திவிடுவார். இது எதற்கு என்றால், தம்புரா ஸ்ருதி அரங்கம் முழுதும் பரவி, இசையைக் கேட்கும் மக்கள் தங்களைத் தயார் நிலையில் வைத்திருந்து, பாடகர் தொடங்கிய வுடன், அவர் வசப்பட்டுவிடுவார்கள். பாடகரும், ரசிகர் களும் இசையில் ஒன்றாக இணைந்துவிடுவார்கள்.

தியான இசையின் விசேஷங்கள்

தியான இசைக்கு, விசேஷமான குரல் பயிற்சியோ, இசைப் புலமையோ அவசியம் இல்லை. மேற்கத்திய இசையில் தியானத்துக்குக் குரல் பயிற்சிஉள்ளது. இயற்கையோடு இணைந்த பஞ்சபூதங்களான நிலம், நீர், காற்று, ஆகாயம், நெருப்பு ஆகியவை இணைந்த எளிய இசை, அந்தராத் மாவைத் தூண்டி மேல் நிலையை அடையச் செய்யும்படியாக இருப்பது தியான இசையாகும்.

பழமையான மெட்டு

மெட்டு என்று சொல்லப்படும் இசை வடிவம், ஸ்ருதி, லயம், தாளம், ராகம் சேர்ந்த கலவை. காலம்காலமாக, தலைமுறை தலைமுறையாக மாற்றமே இல்லாமல் தொடர்ந்துவரும் இசை வடிவமாகும். பஜன், கீர்த்தனங்கள், கும்மி, கோலாட்டப் பாட்டுகள், மாறாத மெட்டுகளைத் தொடர்ந்து உடையவை.

ஹரே ராம, ஹரே ராம, கோவிந்த போலோ, கோபால போலோ, புத்தம் சரணம் கச்சாமி போன்றவை பல காலங் களாகத் தியான இசையாகப் பாடப்பட்டு வருகின்றன.

சின்சினாட்டி பல்கலைக் கழகத்தைச் சேர்ந்த James Calleris என்ற பேராசிரியர், ஆயிரம் பேரைப் பரிசோதனைக்கு உட்படுத்தி, மக்கள் மனத்தில் பஜனைகள் எப்படி/ஏன் தியான இசையாக மாறியது என்பதற்கு விளக்கம் கொடுத்தார்.

எளிமையான சொற்கோர்வை, திரும்பத்திரும்பப் பாடும் எளிய இசை, ஆர்வத்தைக் கிளரும் உணர்ச்சி, அட்ரினலின் சுரப்பியை வேகமாகச் செயல்படுத்துவது போன்றவை ஒரு சாதாரண சொற்றொடரை மேன்மை வாய்ந்த தியான இசையாக மாற்ற வல்லது என்கிறார். இவர்களால் இந்தப் பழகிப்போன மெட்டுகளை மறக்க முடியாது. மூளையைக் குடையும் புழுபோல் இந்த மெட்டு குடைந்து தழும்பையும் ஏற்படுத்துகிறது. இதை மாற்றுவதற்கு வேறு ஒரு புதிய மெட்டைப் போட்டு திரும்பத்திரும்ப கேட்கவைத்து அவர்கள் மனத்தில் பதியவைக்க வேண்டும்.

எளிமையான சொற்கள் அடங்கிய மென்மையான இசையை மெதுவாகப் பாடுவதால், இந்த மெட்டு அல்லது ராகம் சில

நாள்களில் கேட்பவர்கள் மூளையில் மாற்றத்தை ஏற்படுத்தும். பீட்டா அலைகளை ஆல்ஃபா மற்றும் தீட்டா அலைகளாக மாற்றும். பீட்டா அலைகள் சீறும் குணம் கொண்ட துரு துருப்பான அலைகளைக் கொண்டவை. அதைச் சீரமைத்து, ஒழுங்குபடுத்தி அமைதியான ஆல்ஃபா- தீட்டா அலைக்குக் கொண்டுவர இந்தத் தியான இசை உதவும். தியான நிலையால் மறைந்துகிடக்கும் நம் ஆற்றலும், படைக்கும் சக்தியும் (படைப்பாற்றல்), உள்ளுணர்வும் உயர்ந்த நிலைக்கு போய்ச் சேருகின்றன.

வழக்கத்தில் தொடரும் எளிய மெட்டுக்கும், ஆர்ப்பாட்ட மாக வரும் பாட்டுகளுக்கும் இடையே பிரித்துக் காட்டும் அளவுக்குப் பெருமளவுக்கு வேறுபாடுகள் உள்ளன. ஜான் டர்ரண்ட் என்ற மனோதத்துவ மருத்துவர் இதை ஆமோதிக் கிறார். மூளைப்படத்தை ஆராயும் அவர், ரத்தினச் சுருக்க மான, எளிய முறையில் எளிய மெட்டுகளை மூளை பதிந்து கொள்கிறது. சிக்கலான ‘ஸ்ட்ராஸ் ஓபரா’ வகைகளைப் பதித்துக்கொள்ள சிரமப்படுகிறது. அதனாலேயே சிக்கலை விட்டு எளிய பாட்டுகளை மனிதர்கள் விரும்புகிறார்கள் என்று சொல்கிறார். பெரியவர்கள் மத்தியிலும், ‘மூன்று குருட்டு சுண்டெலிகள்’ பாட்டு (three blind mice) மறக்க முடியாத ஒரு மெட்டு.

ஒரே மாதிரியான குரலும், மெட்டும், எளிமையான இசையும் தியானத்துக்குப் போதுமானது என்று அறிந்திருந்தாலும், மேற்கத்திய இசையின் அமர்க்களத்தை நாம் குறை கூறுவ தாகச் சொல்லமுடியாது. மேற்கத்திய இசை வடிவத்தில், இந்திய தியான இசைக்கு ஒப்பான அருமையான பாடலை பாக் உருவாக்கி இருக்கிறார். கேட்பவர்கள் மனம் லயித்துப் போகும்படியான ப்யூக்ஸ் (fugues) பன்னிசையை பாக் சிறப்பாக உருவாக்கியுள்ளார்.

நான்கு பேர் பாடும் இசையில், இசைக் கருவை ஒருவர் பின் ஒருவராகத் தொடர்ந்து பாடி, நால்வரும் பாடி முடிக்கும் தருணத்தில் ஒருவர் முக்கிய நிகழ்ச்சியாக இசையின் கருவைப் பற்றி விளக்கிப் பாடுவதுதான் fugues.

காதுக்கு இனிய எல்லா இசைகளும், மேற்கானாலும், கிழக்கானாலும் மனத்தை ஒருமைப்படுத்தும் ஒரு கருவியாக

அமைந்துள்ளன. ஆழ்ந்த தியான கானத்தில் இயற்கையோடு ஒன்றிப்போகும் அனுபவத்தை வைவால்டியின் இசையில் காணலாம். நான்கு பருவங்கள் இசையில், கோடை காலம் என்ற பத்தியில் வரும் இசை, தந்தியில் வாசிக்கும்போது இந்த உலக எண்ணத்தை அகற்றி ஆகாயத்தில் கோடை உஷ்ணத்தில் சூரியக் கதிர்கள் முன் நிற்பது போன்ற ஒரு கதகதப்பை உணர்வதாக, அனுபவப்பட்டவர்கள் விவரிக் கிறார்கள். அதேபோல், ஸ்ட்ராஸின் பிரபலமான ப்ளூ டானுபே வால்ட்ஸ் பாட்டைக் கேட்கும்போது கேட்பவரின் உள்ளுணர்வு, விண்வெளியில் கரைந்துவிடுகிறது.

யோகமும் இசையும் நமது பாக்கியங்கள்

மனிதனோடு இணைந்துள்ள அழகான இசையும், யோகமும் அவன்பெற்ற பாக்கியங்கள் என்றே சொல்ல வேண்டும்.

இசை இல்லாத வாழ்வு, வாழ்க்கையைத் தவறாக அமைத்து விடும் என்று பிரெடரிக் நீட்ச்சே சொல்கிறார். யோகம் இல்லாத வாழ்க்கை நடத்துபவன், பூமியில் விலங்குக்குச் சமம் என்று யோகாசனம் பயிலும் சாதகன் சொல்கிறான். பகுத்தறிவு படைத்தவன் மனிதன். மனிதனுக்கும் விலங்குக் கும் உள்ள வேறுபாடு, மனிதனின் பகுத்தறிவு அல்லது ஆறறிவு. மனிதனால் மாத்திரமே கற்பனை செய்ய, நினைத்துப் பார்க்க, திட்டம் வகுக்க, ஆழ்ந்த விசாரணை செய்ய, முடிவெடுக்க முடிகிறது. யோகத்தாலும், நாதோ பாசனையாலும் அவன் தன் ஆறறிவைக் கடந்து யோக நிலையை, உச்சத்தை அடைகிறான். இவை இல்லாமல் அவன் உலகத்தில் உலவும் விலங்குகளுக்கு சமமாவது மனிதப் பிறப்பின் இழப்பு. சாபம் அல்லவா?

மனம். தேர்ந்த ஒரு விளையாட்டு மைதானத்துக்கு ஈடானது. இசையும், யோகமும் அந்தத் திடலில் குடியேறி உள்ளன. மனம் இல்லாமல் இசை இல்லை. இசை இல்லாமல் யோகம் இல்லை. யோகம் இல்லாமல் மனித வாழ்க்கை இல்லை. ஒரு மேன்மையான வாழ்க்கை நிலையை அடைய மனிதன் இசையையும், யோகத்தையும் பயின்று, நித்ய வாழ்க்கையில் அதைத் தொடர்ந்து உபாசிக்க வேண்டும்.

யோகாசனத்தையும், நாதோபாசனையையும் நடத்திச்செல்வது மனம்தான். அதுதான் இசையை அறிந்து, ஒலியில் இருந்து

ஸ்வரத்தையும், ஸ்தாயியில் அதற்கு ஏழு ஸ்வரங்களையும், 22 ஸ்ருதிகளின் நிலையையும் ஏற்படுத்தி உள்ளது. ஆரோஹண, அவரோஹணங்களின் வாயிலாக ஸ்வர விஸ்தாரம் செய்து, ராகத்தையும் இசை அமைத்துள்ளது. ராகத்தின் பிறப்பு ஸ்வர ரஞ்சனையாலும், ஸ்வர சேர்க்கையாலும் ஆனதே. இது மனிதனின் உணர்வுப்பூர்வமான செயலாகும்.

இசையைப்போல், யோகமும் மனத்தின் பிரதிபலிப்பாகும். பிராணாயாமம் மனத்தின் பிரதிபலிப்பாகும். பிராணாயாமம், மனத்தின் உள்ளார்ந்த உணர்வின் செயலாகவே அமைகிறது. உடலுக்குள் நிறைந்துள்ள அசுத்தக் காற்றை, உதரவிதானத் தில் இருந்து ஆரம்பித்து இதயம், சுவாசப் பை போன்ற எல்லா அவயங்களில் இருந்தும் இழுத்து வாயை மூடி, மனத்தைச் செலுத்தி நிதானமாக வெளியேற்றி 5, 10 நிமிடம் அதே நிலையில் இருந்து அநாஹத நாதத்தை உணர்ந்து, வெளியில் உள்ள சுத்தக் காற்றை உள் வாங்கி அவயங்களின் நிரப்புகிற நிலை எல்லாவற்றிலும், மனத்தின் லயிப்புதான் காரணம்.

இந்திய சங்கீதத்தில் உள்ள சப்தஸ்வரங்கள் ஸ,ரி,க,ம, ப,த,நி,யும், மேற்கத்திய இசையின் சப்தஸ்வரங்களான தொ,ரி,லீ,ஃபா,சொ,லா,சீ ஆகியவையும் உடலில் வியாபித் துள்ள ஏழு சக்திச் சக்கரங்களுடன் தொடர்பு கொண்டுள்ளன.

யோக சாதனை செய்கிறவனின் மன உணர்வில், சப்தஸ்வரங் களின் ஆரோஹண, அவரோஹண பிரயோகத்தைப் பொறுத்து, அவன் தன் உடலில் வியாபித்துள்ள ஏழு சக்கரத்தின் சக்தியை உணர்ந்து அவற்றைச் செயல்படுத்த முடியும்.

ஏழு சக்கரங்களான சிரசு, புருவ மையம், தொண்டை, இதயம், நாபி, ஆசனவாய், மூலாதாரம் அல்லது பிறப்புறுப்பு போன்றவையும் உடலில் ஆரோஹண, அவரோஹண கதியில்தான் வியாபித்துள்ளன. மேலும் கீழுமாக ஆரோஹண, அவரோஹணப் பிரயோகம்போல், சக்கரங்களின் அலை களையும் உணர்வுகளையும் அறிய முடியும்.

பிரம்ம தேவனின் துணைவி பார்வவதி தேவி கையில் ஏந்தி யுள்ள வீணையின் தந்தியை மீட்டி, யோகிகள், நாத யோகத்தை வாசித்து, பிரம்மயோகத்தை அடைந்தார்கள்.

இரண்டு யோகமும் இணைந்து, மனிதனின் நரம்பு மண்டலமே சக்கர ஸ்தானமாக, சப்த சக்கரங்களைத் தன்னில் அடக்கி உள்ளது.

வீணையின் தண்டு, சப்தஸ்வரங்களைத் தன்னில் அடக்கி மனிதனின் நரம்பு மண்டலத்துக்கு அடையாளமாக உள்ளது. ஒவ்வொரு ஸ்வர ஸ்தானத்துக்கும் ஒரு சக்கர ஸ்தானம் பொருந்தும். ஒரு யோகி ஒரு ஸ்வரத்தை ஆரோஹண அல்லது அவரோஹணத்தில் வாசிக்கும்போது, அதே ரீதியில் ஆரோஹண, அவரோஹண முறையில் அவனுடைய சக்கர ஸ்தானம் விதிர்ப்பை அடைந்து, அதன் சக்தி அலைகளை உணர்கிறான். அவனுடைய உள் உணர்வுகள் மேலும் கீழுமாகப் பயணித்து, சிதறிக் கிடக்கும் சக்தி அலைகளை ஒருமைப்படுத்தி, மூளை அலைகளான ஆல்ஃபா, தீட்டா, டெல்டா அலைகளைத் தளர்வு அல்லது சாந்தப்படுத்த முடிகிறது.

யோகியைப்போல் தேர்ந்த பாடகன் விளங்குகிறான். ஒரு பாடகன் ஸ்ருதி சுத்தமாக ஒரு ஸ்தாயியில் கார்வை கொடுத்து லயிக்கும்போது (பாடகன் ஸ்வரத்துக்குக் கார்வை கொடுத்து பல நிமிடங்கள் ஸ்ருதி பிசகாமல் ஒரே ஸ்வரத்தைப் பிடிப்பது ராக ஆலாபனையின் அழகு), அவன் அந்த நாதத்திலும் ஸ்ருதியிலும் கலந்தவனாகிவிடுகிறான். அவன் மனம் ஸ்வரம், ஸ்ருதியோடு ஒன்றுபட்டுவிடுகிறது. அவனும், யோகியும் மனத்தைக் கட்டுப்படுத்தி தான் விரும்பும் அலை யில், மனத்தை லயிக்கச் செய்ய முடியும். பாடகனுக்கும், யோகிக்கும் வேறுபாடு இல்லை.

இறைவனுடன் தனக்கு ஏற்பட்ட அனுபவத்தை யோகி கபீர் ஒரு பாடலாகக் கூறுகிறார்.

> 'நான் அங்கே இருந்தபோது தெய்வீகம்
> தெரியவில்லை.
> தெய்வீகம் அங்கே விரவியபோது நான் அங்கே
> இல்லை.
> குறுகலான அன்புப் பாதை, ஒருவனுக்குத்தான்
> வழிவிடுகிறது'

யோகமானாலும், இசையானாலும் மனதே அதைப் பங்கேற்று நடத்திவைக்கிறது. மனத்தை உட்படுத்தாமல் யோகத்தில்

அல்லது இசையில் ஒருவன் ஈடுபட்டு அதன் இன்பத்தை அனுபவிக்க முடியாது. யோகமானாலும், இசையானாலும், அதை உபாசிக்க ஆரம்பித்து முன்னேறும்போது மிகவும் விசித்திரமாக, தன்னை அறியாமலே தன் மன உணர்வு களையும், அகம்பாவத்தையும் அழித்துவிடுகிறான். யோகம் என்பது மனம் சுத்தமாகி, உணர்வுகள் அற்ற ஏகாந்த நிலை அல்லது முக்தி. மனமும் இல்லை, மன உணர்வுகளும் இல்லை.

இசை, யோகம் இரண்டுக்குமே இந்த முக்தி நிலை பொது வானது. பாடகன், இசையில் மூழ்கி இருக்கும்போது ஆலாபனம், தான பல்லவி கல்பனா ஸ்வரத்தில் சஞ்சரித்துக் கொண்டிருக்கும்போது அவன் இந்த உலகில் இல்லை. இசையில் ஐக்கியமாகி ஸ்வரங்களில் வாழ்கிறான். இந்த அனுபவம்தான் இசை.

யோகியைப் பொறுத்தவரை, அவர் முக்காலத்தையும் துறந்த வராக மோன நிலையில் வீற்றிருக்கும்போது தன் மன உணர்வுகளை முதலில் அடக்கி, அதற்குப்பின் அதையும் உதறி ஆகாய வெளியில் உலவுகிறார். அவர் தன் வசத்தில் இருக்கிறாரா, இயற்கையுடன் உறவாடுகிறாரா என்பது அவருக்கே புலப்படாதவாறு அகமும், புறமுமாக அவர் உழன்றுகொண்டிருப்பார். அவருக்கும் அகம், புறம் இரண்டும் ஒன்றாகிவிடுகிறது.

யோகத்தையும், இசையையும் பிறப்பித்த மனமும், உணர்வு களும் ஒரு நிலைக்குப் பின் அழிந்துவிடுகின்றன. அந்த நிலைதான் முக்தி அல்லது பரப்ரும்ஹம். ஒருவன் இசை யோடு ஐக்கியமாகிவிட்ட பிறகு அங்கே மனதோ, மனசாட்சியோ, எண்ணங்களோ கிடையாது. எல்லாம் ஸ்வர, லய, ராக உலகமாகி இசையே எண்ணங்களாக, மொழியாக ஆகிவிடுகின்றன.

சாதகர்களுக்கும், பாடகர்களுக்கும் மனமும் உணவும் அழிவது மகிழ்ச்சிக்குரிய நிகழ்ச்சியாகும். அகத்தை அழித்த பின், யோக அலைகளில் நீந்தி அந்தராத்மாவை உயர்ந்த நிலையில் நிறுத்தி, ஆத்மாவும் யதார்த்தமும் இணைந்து இன்பத்தை அடைகிறார்கள். இதுவே சச்சிதானந்தம்.

5

நரம்பிசை இயல்

இசை - ஒவ்வொரு இன்பத் தருணத்தையும் மேலும் பெருக்குகிறது.

நோயை விரட்டுகிறது. விபத்தையும் தொற்று நோயையும் விரட்டுகிறது.

- ஜான் ஆர்ம்ஸ்ட்ராங்

இசைக்கும் மனத்துக்கும் உடலுக்கும் உள்ள தொடர்பை நன்கு புரிந்துகொண்டதால்தான், ஆதி காலத்தில் இருந்தே இசையை ஒரு மருத்துவ முறையாக மக்கள் பின்பற்றி வந்தனர். இந்தியக் கலாசாரத்திலும், புராண இதிகாசங்களிலும், இசை மருத்துவம் பற்றி அறிந்து சிகிச்சை அளித்து வந்தனர். ஆனால், நவீன விஞ்ஞானத்தின் அறிவும் ஆராய்ச்சியும் அதை ஏற்கத் தயக்கம் காட்டி வந்தது.

இந்தநிலை தற்போது மாறியிருக்கிறது. சமீபகால மாக, (20 ஆண்டுகளில்) மூளையும், உடலும் இசை யால் எப்படி பாதிக்கப்படுகின்றன என்பதை ஆராய்ச்சிமூலமே அறிந்து நரம்பியல் சிகிச்சை யையும், இசைச் சிகிச்சையையும் ஒன்று சேர்ந்து

'நரம்பிசை இயல் மருத்துவம்' என்ற ஒரு புதுப்பிரிவு மருத்துவத்தில் உருவாக்கப்பட்டுள்ளது.

இசை அறிஞர்கள், உடலில் நோயை ஏற்படுத்தும் கிருமிகளை எதிர்க்கும் சக்தி பற்றி ஆராயும் விஞ்ஞானிகள், நரம்பியல் மருத்துவர்கள், மன நல மருத்துவர்கள் இணைந்து பலவாறாக ஆராய்ச்சி செய்து, கொண்டுவந்துள்ள முடிவானது, ஆரோக்கியமான வாழ்வுக்கு ஆரோக்கியமான உணவு மட்டுமல்லாமல் நல்ல சங்கீதத்தைக் கேட்டு இன்புறுவதும், நித்திய வாழ்வில் ஒரு லட்சியமான அங்கம் என்று வலியுறுத்துகிறது.

இசை மருத்துவம் ஏதோ ஓர் அரைகுறையான மருத்துவம் இல்லை. பூரணமான மருத்துவம். ஆங்கில, ஆயுர்வேத, யுனானி, ஹோமியோபதி போன்ற ஒரு முழுமையான மருத்துவம் என்பது விரைவிலேயே நிரூபணமாகும் என்ற நம்பிக்கை இந்த ஆராய்ச்சிகளின் மூலம் உருவாகி இருக்கிறது.

மருத்துவக் கூறுகளில் பல பிரிவுகளில், மயக்கம் கொடுக்கும் பிரிவு (அறுவைச் சிகிச்சைக்கு முன்பு), முதியோர்கள் மருத்துவம், உடல் கூறு மருத்துவம், மனோவிஞ்ஞான மருத்துவம், புனர் நிர்மாணம் (சாலை விபத்து, தற்கொலை, தீ விபத்து முதலிய ஆபத்துகளில் இருந்து) போன்ற பிரிவுகளைப்போல், இசை மருத்துவமும் ஒரு பிரிவாக விரைவிலேயே மருத்துவமனைகளில் ஆரம்பிக்கப்படும் என்றும் உறுதியான நம்பிக்கை துளிர்த்திருக்கிறது.

இசை வழி மருத்துவத்துக்கு முன்னோடியாக இந்தியா இருந்தாலும் காலப்போக்கில் அதை அடுத்த தலைமுறைக்கு எடுத்துச் செல்லும் விஷயத்தில் பின்தங்கிவிட்டனர். இப்போதுதான் இங்கு மிக தாமதமாக விழிப்புணர்வு ஏற்பட்டிருக்கிறது. ஆனால், மேலை நாடுகள் இந்த விஷயத்தில் விரைவாகவே சுதாரித்துவிட்டன.

மேலை நாட்டில், இசை பற்றிய ஆராய்ச்சிகள் சில ஆண்டுகளாக மிகத் தீவிரமாக நடைபெற்று வருகின்றன. மருத்துவர்கள், மனோசாஸ்திர நிபுணர்கள், நரம்பியல் மருத்துவர்கள், உடல் கூறு விஞ்ஞானிகள் அனைவரும் ஒன்று சேர்ந்து பலதரப்பட்ட நாதங்கள், அவற்றின் அலைகள்,

அவை மனித உடலில் ஏற்படுத்தும் மாற்றங்களை ஆராய்ந்து வருகிறார்கள்.

போட்டிகள் நிறைந்த நூதன உலகத்தின் ஓட்டத்தில், மனிதனுக்கு ஏற்படும் ஏமாற்றம், சுமைகள், உணர்ச்சிகள், எதிர்மறை எண்ணங்கள், கொலைவெறி, ஒன்றி வாழ முடியாத வக்கிரங்கள் அனைத்தும் ஸ்தூல உலக வாழ்க்கையில் பெரும் அபாயத்தை அறிவிக்கின்றன. நாத யோகமும், நாத அலைகளும் மனிதனின் உள்ளுணர்வைத் தூண்டி அவனைத் தூய்மைப்படுத்துகிறது என்பது அறிவியல்பூர்வமாகவே கண்டறியப்பட்டிருக்கிறது.

எலக்ட்ரான் என்செஃபலோகிராஃபி (Electron Encephalography – EEG) மூலமாக மூளைப் பரிசோதனை செய்து பார்த்த ஆராய்ச்சியாளர்கள், இசை அலைகளும், லயங்களும் மூளை அலைகளை மாற்றி அமைக்க வல்லவை என்று கண்டுபிடித்திருக்கிறார்கள். இதனால், இசையை வைத்து மனிதனுக்கு ஏற்படும் மூளைக்கோளாறுக்கு சிகிச்சை அளிக்க முடியும் என்பது உறுதியாகிறது.

சிதறிக் கிடக்கும் மூளை அலைகளையும், துடிப்பையும் தகுந்த இசை அலைகளைப் பொருத்தி நிவர்த்தி செய்து, உணர்வுகளைத் தெரிவுசெய்ய முடியும் என்பது புதிய ஆராய்ச்சியின் கண்டுபிடிப்பு.

மேலைநாட்டு விஞ்ஞானத்தில், இசை அலைகளால் சமுதாயச் சீர்திருத்தம் கொண்டுவரும் அளவுக்கு முயற்சிகள் நடைபெறுகின்றன. இதனால், கர்ப்பத்தில் வளரும் சிசு முதல் மரணத்தை நெருங்கிக்கொண்டிருக்கும் நோயாளி வரை பலர் பயன் அடைகிறார்கள். இதைப் பற்றிய அறிவால், பலவாறான மனோவியாதிக்கு மருந்தாக இசைச் சிகிச்சை ஆரம்பமாகியுள்ளது.

சமூக விரோதிகள், நாச வேலையில் ஈடுபடுபவர்கள், கொலைவெறி கொண்டவர்கள், மன இறுக்கம், கோபம், பொறாமை, மனச்சோர்வு, எதிர்மறை எண்ணங்கள் ஆகிய தீய குணங்கள் பலவற்றுக்கும், சூழ்நிலைக்கு ஏற்ப பாடல்களையும், நாத அலைகளைப் பரவச் செய்தும், ஆற்றல் மிகுந்த இசை மருத்துவத்தால் நரம்பு மண்டலத்துக்குச் சிகிச்சை அளிக்க ஆரம்பித்துள்ளனர்.

இசை, மனத்தை ஒழுங்குபடுத்தி அமைதியைக் கொடுக்கிறது என்பதற்குப் பல்வேறு உதாரணங்களை மேலை நாட்டினர் எடுத்து வைக்கின்றனர். கனடாவில், எட்மாண்டன் என்ற இடத்தில் உள்ள நகரத்தின் நான்கு சாலை சந்திப்பில் இசையை ஓடவிட்டு, நோயாளிகள் நடந்துகொள்ளும் முறையை ஆராய்ந்தார்கள். அவர்கள், ஒருவருக்கு ஒருவர் அனுசரித்துக் கொண்டு, சாலை விதிகளைப் பின்பற்றி ஒழுக்கமாகவும்/ ஒழுங்காககவும் சாலையைக் கடந்தார்கள்.

அலுவலகங்களில் வேலை செய்யும் இடங்களில் இசையைப் ஒலிக்கச் செய்தால், முகமலர்ச்சியும், புன்முறுவலும் வேலை நேர்த்தியும் அதிகரிக்கிறது. ஒரு வேலைக்காக நீண்ட வரிசையில் நிற்கும்போது அங்கே படரவிடும் நல்ல இசை, மன இறுக்கத்தில் இருந்து விடுபடச் செய்து, மனத்தைப் பாட்டில் லயிக்க வைத்து, க்யூ குறைந்துபோனதுகூட தெரியாத நிம்மதி ஏற்படுகிறது.

இசை, மனிதனிடம் மறைந்துள்ள கவலைகளையும், குரூரத் தையும் துன்பத்தையும் களைத்தெறிந்து, உடன் இருப்ப வனைப் புரிந்துகொண்டு அன்பு, கருணையுடன், சமூகத்தில் நாகரிகமாக வாழவைக்கிறது.

இசையே அழுத்தமும், விடுபடலும் அல்லது தளர்வும் ஆன ஓர் இனிய அமைப்பு என்பது நரம்பு இசை இயல் மருத்து வத்தின் ஒரு பகுதியாக உள்ளது. பஜன் அல்லது பாரோக் இசை எதுவானாலும் இறுக்கமும், விடுபடலும் அமைந்த அனுபவமாகவே இருக்கிறது. இசையில் ஏறபடும் இந்த இறுக்கமும், தளர்வும் ஒரு மின்சார சங்கேத மொழிகளால் ஆன துடிப்பாக மூளையைத் தூண்டுகின்றன.

முக்கியமாக, தாளங்கள், வீச்சு, அழுத்தம், சம காலத்தில் இணைந்து பாடுவது, ராகப்ரஸ்தாரத்தில் வாதி, அனுவாதி, ஸம்வாதி ஸ்வரங்களை பிரயோகிப்பது, இசை அமைப்பு எல்லாவற்றிலும் இயற்கை அலைகளுக்கும், இசை அலை களுக்கும் நெருங்கிய ஒற்றுமை உள்ளது. டாக்டர். கோர்டனும் அவர் குழுவும் கண்டறிந்த இசை ஆராய்ச்சி யில், மூளை செல்களின் உருவ அமைப்புபோல், பாரோக் இசையும் கிழக்கு இசையும் அமைந்துள்ளன என்பது தெரிய வந்துள்ளது.

நரம்பியல் ஆராய்ச்சியில் புதிய புகைப்பட உத்தி வந்துள்ளது. இதனால், இசை லயத்துக்கும் மூளை லயத்துக்கும் நெருங்கிய பிணைப்பு உள்ளதாகக் கண்டறிந்துள்ளார்கள். மூளை வரைபடத்தின் முன்னேற்றத்தால் விஞ்ஞானிகள், ஆணித்தரமாக நாதத்தின் தெய்வீகத்தையும், மாயை பற்றியும் சொல்கிறார்கள். பிரபஞ்சத்தின் அகத்தையும், புறத்தையும் இயக்கும் அடிப்படை சக்தி, இசை என்று கொண்டாடுகிறார்கள்.

நாத யோகத்தில் இருந்து பிறந்தது ப்ருதிவி அல்லது பிரபஞ்சம் என்ற ஆதி நாளைய கூற்றை இன்றைய பௌதிகமும் ஏற்றுக் கொள்கிறது. ப்ரணவ மந்திரமான 'ஓம்' -ல் இருந்து உலகம் தோன்றியது என்ற உண்மையும், அதுவே உலகத்தின் இயக்க சக்தியாக விளங்குகிறது என்பதையும், விஞ்ஞானிகளும் மனிதர்களும் அறிந்திருந்தாலும், இசையைப் பற்றி முழுதும் அறிந்துகொள்ளவும், முடிவு எடுக்கவும் இன்னும் ஆராய்ச்சிகளைத் தொடர்ந்துகொண்டிருக்கிறார்கள்.

இசையோடு வாழும்போது, நம் இதயம் இசையின் வசப்படுகிறது. இசைக்கு ஏற்றவாறு நம் இதயத் துடிப்பு ஏறி இறங்குகிறது. துரித இசையைக் கேட்கும்போது நம் இதயத்துடிப்பும் துரிதமாகி படபடப்பு ஏற்படுகிறது. நிதானமான இசை நிதானமான சுவாசச் சுழற்சியும், நிதான இதயத் துடிப்பும் கொடுத்து உடல் அயற்சியைப் போக்கி உடலை ஆரோக்கியமான நிலையில் வைக்கிறது.

மாறாக, வேகமான இசை உடலை எப்படி ஆட்டுவிக்கிறது என்பதைப் பல்கலைக் கழக மாணவர்கள் இடையே நடத்திய ஓர் ஆராய்ச்சியில்...

ரோலிங் ஸ்டோன்ஸ், பீட்டில்ஸ், ஜிம்மி ஹென்ரிக்ஸ் போன்ற பலத்த இசைக் கச்சேரிகளைக் கேட்ட மாணவர்களின் இதயத் துடிப்பு, சுவாசம் எல்லாம் ஏறி இருப்பதும் அவர்கள் தோலில் (உடலில்) தொடுகிற உணர்ச்சி குறைந்திருப்பதும் அறியப்பட்டது. மற்றொரு ஆராய்ச்சியில், அதிகக் கூச்சல் ரத்த அழுத்தத்தை 10 சதவீதம் ஏற்றுகிறது என்றும் 44, 55 Hz அளவு உள்ள நிதான இசையைக் கேட்கும் போது ரத்த அழுத்தம் குறைகிறது என்றும் தெரியவந்தது.

மூளையின் (பிரைன் இமேஜிங்) வரைபடத்தை எடுக்கும் நுணுக்கத்தால் நரம்பியல் ஆராய்ச்சியாளர்கள் கற்பனைக்

கதை, மந்திரக் கதை என்று சொல்லிவந்த இசையின் புதுத் திருப்பங்களை மேலும் தொடர்ந்து ஆராய்ந்து வருகிறார்கள்.

நரம்பியல் மருத்துவர்கள், சந்தேகத்துக்கு இடம் இல்லாமல் மூளைக்கூறுகளை இசை சமப்படுத்துவதோடு, மூளை அலைகளின் லயத்தை மாற்றி அமைக்கவல்லது என்று உறுதிப்படுத்துகிறார்கள்.

நம் மூளையில் உருவாகும் அலைகள், நம் செயலுக்கேற்ப வெவ்வேறு வேகத்தில் அசைகின்றன. அமைதியாகத் தாயின் மடியில் தலைவைத்து உறங்குவது முதல் ஒரு கொடிய விலங்கைப் பார்த்து அஞ்சுகிற நிலைவரை, மூளை அலைகளின் வேகம் மாறுகிறது. மூளை அலைகள் மெதுவாக அசையும்போது நாம் தளர்வாகி, அமைதியும் அடைகிறோம். நாம் ஓடியாடிக் களைத்துப்போன நிலையில் இருக்கும்போது நம் மூளை அலைகள் வேகமாக அசைந்து நம் சுவாசத்தையும் இதயத் துடிப்பையும் மாற்றிவிடுகின்றன.

நரம்பியல் மருத்துவர்கள், மூளை அலைகளை அவற்றின் வேகத்தைப் பொறுத்து நாலு வகையாகப் பிரித்திருக்கிறார்கள்.

★ 14 - 20 Hz - நாம் சுறுசுறுப்பாக வேலை செய்கிற நிலை - இவை, பீட்டா அலைகள்.

★ 8 - 13 Hz - உயர்ந்த அறிவுநிலையும், அமைதியும் காக்கும் நிலை - இவை, ஆல்ஃபா அலைகள்.

★ 4 - 7 Hz - தியான நிலையும், சிருஷ்டிக்கும் படைப்பாற்றலையும், உறக்கத்தையும் தூண்டு நிலை - இவை, தீட்டா அலைகள்.

★ 5 - 3 Hz - ஆழ்ந்த தியான நிலை, ஆழ்ந்த உறக்கம் அல்லது சமாதி நிலையைக் கொடுக்கும் நிலை - இவை, டெல்டா அலைகள்.

மூளை அலைகளை ஒரு நிலையில் இருந்து இன்னொரு நிலைக்கு மாற்றும் சக்தி இசைக்கு உள்ளது. மூளை அலைகளை பீட்டா நிலையில் இருந்து ஆல்ஃபா நிலைக்கு இசையால் மாற்ற முடியும். விநாடிக்கு 60 தட்டுகளைக் கொண்ட இசை வடிவம், உலகம் முழுதும் பரவி உள்ள நாடோடிப்

பாடல்கள் (கிராமிய இசை), பாரோக் இசை, நியூ ஏஜ் இசை ஆகியவற்றின் இசை லயத்துக்கும், உடல் லயத்துக்கும் இணைந்ததாக சுவாசச் சுழற்சி, ரத்தச் சுழற்சியை உடைய ஆல்ஃபா அலைகளின் இயக்கத்தை, சுறுசுறுப்பான, வேகம் நிறைந்த இயக்கமாக பீட்டா அலைக்கு மாற்ற முடியும்.

வீட்டிலும், வகுப்பறையிலும், அலுவலகத்திலும் இசையை ஒலிக்கச் செய்வதால், ஒரு மனிதனைப் பற்றி நன்றாக அறிய முடிகிறது. மனத்தை அலையவிட்டுக்கொண்டிருப்பவன், பகல் கனவு காண்பவன், சீரான மன ஓட்டம் இல்லாதவன் - இவர்களுக்கு சில நிமிஷங்கள் மொஸார்ட், பாரோக் அல்லது கல்யாணி, ஹம்சத்வனி, ஆஹிர்பைரவ் ராகத்தில் அமைந்த இசையை ஒலிக்கச் செய்வதால், அவர்களுடைய மனம் களேபரம் அடங்கி சாந்தி அடைய அல்லது சோம்பேறித் தனம் நீங்கி சுறுசுறுப்படைய உதவும்.

வேகமான லயங்கள், உயர்ந்த ஸ்தாயி கொண்ட 5000 - 8000 Hz ஒலிஅலைகள் நிறைந்த இசை வடிவத்தைப் பாடவைத்து, மனித மூளையின் அலைகளைப் பாகுபடுத்தி அவற்றை பீட்டா அலைகளாக மாற்றமுடிகிறது. அவை, மூளை இயக்கத்தை அதிவேகமாகத் தூண்டி, போர் முனையில் உள்ள போர் வீரனின் சாமர்த்தியத்தையும், வீரத்தையும் அதிகரிக்கச் செய்யவோ அல்லது கணிதத்தில் ஒரு சிக்கலான பகுதியைத் தீர்க்கக்கூடிய சிறந்த புத்திக்கூர்மையை ஒரு மாணவனுக்குக் கொடுக்கவோ வல்லது.

இதேபோல், இன்னும் சில இசை வடிவங்கள் மனித மூளையைச் சாந்தப்படுத்தி ஓய்வைக் கொடுக்கவல்லது. முரட்டுத்தனமாகப் போட்டியிட்டு ஓடும் இன்றைய வாழ்க்கைத்தரத்தில், மனித மூளையின் கட்டுக்கடங்காத அலைகளை ஆல்ஃபா அல்லது தீட்டா எல்லைக்கு இசை கொண்டுவருகிறது. இவை, பீட்டா அலைகளைவிட மிகக் குறைவான அலைகளைக் கொண்டவை.

அதிக ஆர்ப்பாட்டம் இல்லாத, மென்மையான, நிதானமான மெல்லிசை, பீட்டா அணுக்களை, அலைகளை ஆல்ஃபா, தீட்டா அலைகளாக மாற்றுகிறது என்பதை விஞ்ஞானிகள் ஏற்றுக்கொள்கிறார்கள். உலகம் முழுதும் இதுபோன்ற மென்மையான பிரார்த்தனை கீதங்கள், பஜன்கள்,

கீர்த்தனைகள், வேதபாராயணம், ருத்ரம், ஜமகம் போன்றவை ஒலிக்கப்படுகின்றன.

வழக்கத்தில் உள்ள அவரவர் கலாசாரத்துக்கு ஏற்ற இன மெட்டுகள், தாலாட்டுகள், குழந்தைப் பாட்டுகள், நாடோடிப் பாடல்கள், கிராமியப் பாடல்கள், சினிமாப் பாடல்கள், மக்கள் ஆர்ப்பரிக்கும் பாப் இசைகள், நம்மை அறியாமலே நம் வாழ்க்கையில் புகுந்து நம் மனத்தில் மென்மையை ஏற்படுத்தி, வாழ்க்கைப் போராட்டத்தில் இருந்து நம்மைக் காப்பாற்றுகின்றன.

சிறிது நேரம் தம்புராவை மீட்டிக்கொண்டோ, வீணையை மீட்டிக்கொண்டோ அமைதியாக வீற்றிருந்தால், அதுகூட நம் மூளையைத் தீட்டா நிலைக்குக் கொண்டுசெல்லும். தூரத்தில் இருந்து கேட்கும் மெல்லிய தபேலா தட்டலோ, மிருதங்கத்தின் தாள இசையோ அளவிட முடியாத அமைதியை உள்ளத்துக்குக் கொடுக்கிறது.

ஒரு குறிப்பிட்ட இசை, ஒரே மாதிரி பிரதிபலிப்பை எல்லோருக்கும் ஏற்படுத்துவதில்லை. சில நேரங்களில், மனிதர்கள் சில இசைப் பாணிகளில் அலுப்பு ஏற்பட, ஒரு புதிய பாணியை அமோகமாக வரவேற்று பாராட்டத் தொடங்குகின்றனர். அவர்களுடைய கலை ஆர்வமும், நயமும் காரணம் இல்லாமல் மாறிவிடுகின்றன.

சமீபத்தில், நான் டில்லியின் இந்தியா ஹாபிடேட் சென்டரில் நடத்திய இசைப்பட்டறையில், ஒரு குறிப்பிட்ட இசை பாணியைக் கூடி இருந்தவர்கள் எல்லோருமே ஒரே மாதிரி ஆர்வமாகக் கேட்க ஆரம்பித்தாலும், அவர்களுடைய இசை ஆர்வத்தையும் இசை அறிவையும், கலாசாரத்தையும் பொறுத்து அவர்கள் ஈடுபாடு கலைய ஆரம்பித்துவிட்டது.

கலாசாரத்தின் பிரதிபலிப்பு எந்த அளவுக்கு உள்ளது என்பதற்கு இன்னோர் உதாரணம் - சாதாரணமாக, அமைதியான இசை, ரண சிகிச்சை பெறும் நோயாளிக்கு மருந்தாக அமைகிறது என்று சொல்லலாம். அமெரிக்க முன்னாள் அதிபர் பில் கிளின்டன், அவருடைய பல் சிகிச்சையின்போது அவருக்கு விருப்பமான மேலைநாட்டு கண்ட்ரி இசையை ரசித்தார். அது அவருக்குப் புத்துணர்ச்சி தருவதாகக் குறிப்பிட்டார்.

இசை லயங்கள்

ஆழ்மன உணர்வின் பிரதிபலிப்பாக, நம்மை அறியாமலே திட்டமிடாமல் நாம் இசைக்கும் இசை லயங்கள் நம் வாழ்க்கை முறையை மாற்றி அமைக்கின்றன. நல்ல இசையைக் கேட்ப தால் மூளை அலையின் லயங்கள் நம் ஆழ்மன உணர்வுக்குக் காரணமாக அமைகின்றன. மூளையின் பீட்டா அலைகளை அடக்கி ஆல்ஃபா, தீட்டா அலைகளாக மாற்றி ஆழ் மன உணர்வுகளை ஒரு நிலையில் வைக்கின்றன.

இசையோடு இணைந்த நம் வாழ்க்கை நெறிமுறைகள், நோய் வாய்ப்பட்டாலும், உடல் முடக்கம் ஏற்பட்டாலும் இசையோடு தொடர்ந்து செல்கிறது. இசையைக் கேட்டு இன்புற சாதகமோ, அறிவோ அவசியம் இல்லை. இதனா லேயே உணர்ச்சிவசப்படுபவன், சித்த சுவாதீனம் இல்லாத வன், உடல்நலம் குன்றியன், வன்முறை, பலாத்காரத்துக்கு ஆளானவர்கள், மரணத்தை நெருங்கும் நோயாளிகள் என அனைவரும், அவரவருடைய விருப்பத்துக்கு ஏற்ற இசையைக் கேட்டு மன அமைதி அடைகிறார்கள்.

மனோவியாதிக்கு மருத்துவச் சிகிச்சை அளிப்பவர், சமீப காலமாக இசை வழியாக, நரம்புத் தளர்ச்சிஅடைந்தவர்கள், மூளை பேதலித்தவர்களுக்குச் சிகிச்சை அளிக்கிறார்கள். மருத்துவரும், நோயாளியும் இணைந்து இசையை உருவாக்கி, அதனால் நோயாளி பயனையும் அடைகிறார். புதிய இசையை சிருஷ்டி செய்வதால் மக்களுக்கு உற்சாகமும், உணர்ச்சிப் பரிமாற்றமும் திருப்தியும் ஏற்படுகின்றன. இதனால், உடலில் உணர்ச்சிநரம்புகள், ரத்த அழுத்தம், கல்லீரல் சரியாக வேலை ஆற்ற, உள்ளத்தைப் பாதித்த மனோவியாதி குறைகிறது.

சில இசைக் கருவிகளின் நாதம் மிகத் துல்லியமாக, அழுத்த மாக நல்ல ரீங்காரத்துடன் இருக்கும். தென்னிந்தியாவில் நல்ல பலா மரத்தைக் குடைந்து எடுக்கப்பட்ட குடத்தை உடைய வீணையின் நாதம் மிக ஆழ்ந்த நாத அலைகளைக் கொண்டது. சுரைக்காயில் குடைந்து செய்யப்பட்ட கடத்தை உடைய தம்புராவின் ஸ்ருதி நாதம் மிகத் துல்லியமாக ரீங்கார மிடும் நாதத்தைக் கேட்டுக்கொண்டிருந்தால் சுகப் பிரசவம் நடைபெறும் என்று தென்னிந்தியாவில் நம்புகிறார்கள்.

ஒரு கச்சேரியைத் தொடங்குவதற்கு, ஹம்சத்வனியால் ஆன கணேச துதியோ, நாட்டையிலான ஒரு கணபதியான் கீர்த்தனையோதான் சரியான தேர்வு என்கிறார்கள். அப்போதுதான் கச்சேரி களை கட்டுமாம். கேட்பவர்கள் தங்களைத் தயார் செய்துகொண்டு, உடலில் உயிர்ப்பையும் (பீட்டா அலை) மனத்தில் ஆர்வத்தையும், உற்சாகத்தையும் பெற ஹம்சத்வனி உதவுகிறது.

அதேபோல், கச்சேரி, பஜனைகள் காலாட்சேபங்கள் முடிகிற போது, கடைசிப் பாட்டு அல்லது மங்களம், மத்யமாவதி ராகத்தில் அமைகிறது. மத்யமாவதி ராகம் கரஹரப்பிரியா வின் (22-வது மேளகர்த்தா 4-வது வேத சக்ரம்) ஜன்யராகம், மத்யமாவதியின் ஸ,ரி,ம-நாலாவது, ஐந்தாவது ஸ்வரப்ர யோகமான ப,நி,(பநிஸ்நிஸ்) முதலிய ஸம்வாதி ஸ்வரங்கள், ராகத்தை 'ரக்தி' ராகமாக ரசனைமிக்கதாக அமைக்கிறது. கச்சேரி கேட்டவர்களின் மனத்தில் நிறைவையும் சாந்தியை யும் (ஆல்ஃபா) கொண்டு வருகிறது.

இப்படி, இசையின் நுணுக்கங்களைத் தேர்ந்தெடுத்து பயன் படுத்துவதன் மூலமாக நரம்பு அடிப்படையிலான பல பிரச்னைகளைச் சரி செய்ய முடியும் என்று திட்டவட்டமாகச் சொல்கிறார்கள் ஆராய்ச்சியாளர்கள்.

இசைச் சிகிச்சை பற்றியும் நோயைத் தடுக்கும் அதன் வலிமை பற்றியும் தீவிரமான ஆராய்ச்சிகள் உலக அளவில் பல கட்டங்களில் நடைபெற்றுக்கொண்டிருக்கின்றன. நவீன மருத்தவத்தில் ஆழ்ந்த நம்பிக்கை கொண்டவர்கள்கூட, சிகிச்சையைப் பூர்த்தி செய்ய மருந்துடன் இசையையும் மருந்தாக எடுத்துக்கொள்கின்றனர்.

இசை மருத்துவத்தின் முக்கியத்துவத்தைத் தெரிந்துகொண்ட வர்கள், பல நோய்களுக்கு இசையை நாடி வருகிறார்கள். வலிப்பு நோய், மனோ வியாதி, பக்கவாதத்தால் பேச்சு இழந்த வர்கள், புற்றுநோய், எய்ட்ஸ் போன்ற கொடிய நோய்களின் இறுதி நிலையில் இருப்பவர்கள், இசையால் மன அமைதி யும் நிவாரணமும் அடைவதோடு, ஓர் அர்த்தமுள்ள வாழ்வை மதிப்போடு வாழ்ந்து அநாயாசமாக உயிர்விடுகிறார்கள்.

மேலை நாடுகளில் மேன்மையான இசையை ஒலிபரப்பு வதை ஓர் இயக்கமாகவே செய்கிறார்கள். பொது இடங்களில்,

பெரிய உணவகங்களில், பண்டகச்சாலைகளில், ரயில்வே பிளாட்பாரங்களில், பிரயாணிகள் காத்து நிற்கும் நிலையங் களில் இசையை ஒலிக்கச் செய்கிறார்கள். மருத்துவமனை களில் தீவிர சிகிச்சைப் பகுதிகளில், அதி தீவிர சிகிச்சைப் பிரிவுகளில், அலுவலக மீட்டிங் அறைகளில் இசையை ஒலிபரப்புவது ஒரு நாகரிகமாகவே அங்கே ஆகிவிட்டது.

> 'ரயில் நிலையம், விமான நிலையம், மின்சாரத் தூக்கி (லிப்ட்) போன்ற இடங்களில் ஒலிபரப்பாகும் இசையால் ஒருவருடைய 'மென்மையான' உணர்வுகள் பாதிக்கப் படுகிறது என்றால், அவரால் பீத்தோவன் இசையை ஒருபோதும் அனுபவிக்க முடியாது'
>
> - விடோஸ்ட் லுடோஸ்வாஸ்கி

6

மொஸார்ட்டின் இசைச் சிகிச்சை

‘மொஸார்ட் இசை, இனிமையான சூரிய ஒளி’

- ஆன்டோனின் ட்வோரக்

‘படைக்கும் சக்தி ஆன தெய்வீகத்தின் மனித அவதாரமே மொஸார்ட்’

- ஜோஹான் W. வான்கோத்தே

மேலை நாடுகளில் நடைபெற்று வரும் இசை மருத்துவம் தொடர்பான ஆராய்ச்சியில், இசை மேதை மொஸார்ட்டின் படைப்பு பற்றிய ஆய்வுகள் தான் அதிகம் இடம் பிடிக்கின்றன. அதற்குக் காரணம் இல்லாமல் இல்லை.

இசை உலகில், ‘மொஸார்ட்டே இசை, இசையே மோஸார்ட்’ என்ற சொல் வழக்கு இருக்கிறது. ஆஸ்த்ரியா நாட்டின் பிறவி மேதையான அவர், ஒரு இசை அமைப்பாளர்; கீபோர்டு வாசிப்பவர்; வயலினிஸ்ட் (பிடில் வாசிப்பவர்); இசை நிகழ்ச்சியை நடத்துபவர்; இசையோடு சேர்ந்த எல்லா அருங்குணங்களும் சேர்ந்தவர். மேலை நாட்டு இசை உலகில், தன் இசையின் சேவையால்

தனக்கென்றே ஒரு பாதையை உருவாக்கியவர். அதில் அவருடைய நடை அசைக்க முடியாத சரித்திரம்.

1791-ல், மிகச் சிறு வயதில் (*35* வயது) இயற்கை எய்திவிட்ட இவருடைய படைப்புகள் மகோன்னதமானவை. மருத்துவர்கள், மனவியல் மருத்துவர்கள், நரம்பியல் மருத்துவர்கள் போன்றோர் இவருடைய படைப்புகளை ஆராய்ச்சி செய்து, கேட்பவர்களுக்கு அவை கொடுக்கும் மாற்றத்தை, சிகிச்சையைப் பற்றி நிறைய விஷயங்களைக் கண்டுபிடித்துள்ளனர்.

மொஸார்ட் இசையைக் கேட்டவுடனே ஒரு துள்ளலும், உற்சாகமும் குடிகொள்ளும். ஆழ்ந்து கேட்க கேட்க அதில் ஒரு சோகம் மூடி இருப்பது புரியும். அவருடைய படைப்பான Casi yan turtle பாட்டில் இந்த இரு மாறுபட்ட உணர்வுகள் நிறைந்துள்ளதைக் கேட்டறியலாம்.

மொஸார்ட் பாதிப்பு

சில இசை வடிவங்கள், உடல் நோய்க்கு அதிகமான அளவில் நிவாரணம் அளிக்கின்றன. இதில், மொஸார்ட்டின் இசை தலையாய அங்கம் வகிக்கிறது. ஐம்பது ஆண்டு காலம் இசை ஆராய்ச்சிசெய்து, இசையின் நிவாரணம் பற்றியும், மனிதனின் படைப்பாற்றல் சக்தியைப் பற்றியும் பரிசோதனை செய்து வந்தார் Alfred Tomatis என்ற பிரான்ஸ் நாட்டு மருத்துவர். ஒரு லட்சத்துக்கும் அதிகமான பலதரப்பட்ட நோயாளிகளைப் பரிசோதனை செய்தார்.

கேட்கும் சக்தி குறைந்தவர், பேச முடியாதவர், சராசரி புத்திசாலித்தனம் குன்றிய, கற்றுக்கொள்ளும் ஆற்றல் குறைந்தவர்கள் போன்றவர்களுக்கு, 'மொஸார்ட் பாதிப்பு' (Mozart Effect) என்ற இசைச் சிகிச்சையை மேற்கொண்டார். மொஸார்ட்டின் படைப்பான சொனாட்டா, கான்சர்டோ பாடல்கள், உலகம் முழுவதும் பலருக்கும் நிவராணம் கொடுப்பதை நிரூபித்தார். மொஸார்ட்டின் இசையைப் பற்றிய அறிவு ஞானம் இல்லாதவர்களுக்கு, இதற்கு முன் அவர் பாடலையே கேட்காதவர்களுக்குக்கூட அவருடைய இசை, கேட்பவர்களுடைய பொது அறிவை அதிகப்படுத்தி, அவர்களைத் தெளிவான நிலையை அடையச் செய்தது.

கருவில் வளரும் குழந்தைக்கு முதலில் வளரும் உறுப்பு செவியும், கோச்லியா எனப்படும் வளைந்த உள் குமிழ்காதும் தான். இதுபற்றி, கருடபுராணத்திலும் குறிப்பு இருக்கிறது. கருவில் வளரும் உயிருக்கு முதலில் வளரும் புலன், செவி என்பதும் மனிதனின் உயிர் பிரியும்போது கடைசியாக மறையும் சக்தி, செவிப்புலன் என்பதும் கருடபுராணம் சொல்லும் செய்தி.

டொமாடிஸின் கூற்றுப்படி பலதரப்பட்ட ஒலிஅலைகளின் பாதிப்பு உடலின் பல பாகங்களுடன் இணைந்துள்ளதாக இருக்கிறது. மெதுவான, நிதானமான ஒலிஅலைகள் உடலின் இடுப்பு பாகத்துக்குக் கீழ், கால்களுடன் இணைந்து நிவாரணம் கொடுக்கிறது. மொஸார்ட் இசை, மனிதனின் மனத்தையும், மூளையையும் பாதிக்கிறது.

திறமையாகப் பேசும் சாமர்த்தியம் இல்லாத, குரல் வளம் அற்ற, பின்தங்கிய ஒரு நடிகரை, மொஸார்ட்டின் இசையைத் திரும்பத்திரும்ப கேட்க வைத்து, பிரான்ஸ் சினிமாத் துறையில் ஒரு உயர்ந்த நடிகராக மாற்றி லட்சக்கணக்கான மக்களை மயக்கும் குரல் வளத்தையும் டொமாடிஸ் ஏற்படுத்திக் கொடுத்தார். அந்த நடிகரின் நினைவுத் திறனும் குரல் வளமும் சிறுவயதில் ஏற்பட்ட மனப்போராட்டத்தின் காரணமாக மறைந்துவிட, இதைக் கண்டறிந்த டொமாடிஸ் மொஸார்ட்டின் இசையை தினமும் இரண்டு மணி நேரம் ஒலிக்கச் செய்து சிகிச்சை அளித்தார். அந்தப் பிரபல நடிகர் தான், இந்திய அமிதாப்பச்சனுக்கு இணையான பிரான்ஸ் நடிகர் Gerard Depardieu.

பள்ளி மற்றும் கல்லூரி மாணவர்கள் இடையே நடத்திய ஆராய்ச்சியில், மொஸார்ட்டின் இசையைக் குறைந்தது அரை மணி நேரம் கேட்கும் சிறுவர்கள், மற்ற சிறுவர்களைக் காட்டிலும் பொது அறிவு, லௌகீக விஷயங்களில் தேர்ச்சி பெற்றவர்களாக இருக்கின்றனர்.

வழக்கமான நுண்ணறிவுப் போட்டி ஒன்றில் 36 மாணவர்கள் கலந்துகொண்டனர். சைலன்ஸ், பாரோக் இசை, ஓய்வான பிரதிமையின் ஒலிநாடா இசை, மொஸார்ட் இசையைக் கேட்டபின் போட்டி ஆரம்பமாயிற்று.

அமைதியில் லயித்த அவர்களுடைய சராசரி மதிப்பெண்கள் 110, ஓய்வான பிரதிமையின் ஒலிநாடா இசையைக் கேட்ட பின் 111 மதிப்பெண்களும், மொஸார்ட் இசைக்குப் பிறகு, கணிசமான அளவில் அதிக மதிப்பெண்களாக 119-ம் பெற்றிருந்தனர். இந்த நுண்ணறிவுப் போட்டி மூலம் மாணவர்களிடையே கவனம் செலுத்தியவர் Frances Raucher. பாரோக் இசையில் அல்லது சாஸ்த்ரிய இசையில் விருப்பம் இல்லாதவர்கள்கூட இசையைக் கேட்ட பிறகு இந்தத் தேர்வில் நல்ல மதிப்பெண்கள் பெற்றிருப்பதை அவர் குறிப்பிட்டார்.

சிக்கலான, திரும்பத்திரும்பப் பாடப்படாத துறுதுறுப்பான மொஸார்ட் இசை, நரம்பு மண்டலத்தைத் தூண்டி மூளையில் சிந்திக்கும் திறமையை வளர்க்கிறது என்றும் சொல்கிறார்.

ரோஷர், இதே ஆராய்ச்சியைப் பலவகையான இசை வடிவங்களிலும் பாடல்களிலும், மேலும் லயம் மிகுந்த நடன இசைகளிலும் முயற்சிசெய்து பார்த்தார். ஆனால், குறிப்பிடும்படியான முடிவு கிடைக்கவில்லை.

ஒரு பொருளைக் கூர்ந்துநோக்கி ஆராயவும், அதில் ஏற்படும் மிக நுண்ணிய மாற்றங்களைப் புரிந்துகொள்ளவும் அபாரமான நுண்ணறிவும் மூளையின் செயல்பாடும் அவசியம். பார்த்த பொருளை மூளையில் பதிவு செய்துகொள்ளவும், செஸ் முதலான விளையாட்டிலும், கணிதத்திலும் தேர்ச்சி பெற நுண்ணறிவும் மிக அவசியம்.

மொஸார்ட் இசையைக் கேட்பதன் மூலம் பள்ளி, கல்லூரி மாணவர்களின் பொது அறிவுத் திறன் அதிகமாகிறது என்பதைக் கண்டறிந்துள்ளனர். கலிஃபோர்னியா (இர்வினில் உள்ள) பல்கலைக் கழகத்தில், ஆராய்ச்சியாளர்கள் இதை மேலும் உறுதி செய்துள்ளனர்.

ஓர் ஆராய்ச்சியில் 16 மானசீகமான உருவங்களை வரைந்த காகிதங்களை மடித்து தலைக்கு மேல் உள்ள படுதாவில் வைத்தனர். ஒரு நிமிஷ அவகாசத்தில் அதைத் திறந்து பார்த்து எந்த மாதிரியான மானசீக உருவம் என்பதைக் கண்டுபிடிக்க வேண்டும் என்பது தேர்வு.

79 மாணவர்கள் கொண்ட தேர்வு; தொடர்ச்சியான 5 நாளில் ஒரு குழு அமைதியில் லயித்தனர். அடுத்த குழு மொஸார்ட்

இசையையும், மூன்றாவது குழு கலந்துகட்டின இசையை யும் கேட்டனர். மொத்த மாணவர்களும், நாளுக்கு நாள் முன்னேற்றம் அடைந்துகொண்டு வந்தாலும் மொஸார்ட் இசையைக் கேட்ட குழு 62 சதவீத மதிப்பெண்களும், அமைதியில் இருந்த குழு 14 சதவீத மதிப்பெண்களும், கலந்த இசையைக் கேட்ட குழு 11 சதவீத மதிப்பெண்களும் பெற்றன. மொஸார்ட் குழு அடுத்து வந்த நாள்களில் அதிக முன்னேற்றம் அடைந்தது.

ஃபிரான்சஸ் நடத்திய வேறொரு ஆராய்ச்சியில், எட்டு மாதங் களாக இசை பயின்று வரும் 19 கிந்தர்கார்டன் குழந்தைகள் பொது அறிவும், நுண்ணறிவும் அதிகம் உள்ளவர்களாகவும், இசை பயிலாத குழந்தைகள் பொது அறிவில் குறைவு பட்டிருந்ததும் தெரிய வந்தது.

குழந்தைகளுக்குச் சிறு வயதில் இருந்தே இசை பயிலும் பயிற்சி, இசைக் கருவிகளை வாசிப்பது, இசையைக் கேட்பது போன்ற பயிற்சிகொடுத்தால் அவர்கள் வளரும் போதும், வளர்ந்த பிறகும் கூரிய அறிவும், பொது அறிவும், நுண்ணறிவும் மிக்கவர்களாக இருப்பார்கள் என்று கண்டு பிடிக்கப்பட்டுள்ளது.

மேலும் சில இசை ஆராய்ச்சிகள்

விஞ்ஞானிகள், மருத்துவர்கள் அல்லாமல் கல்வி சம்பந்தப் பட்டவர்கள், வேறு பலரும் மொஸார்ட் இசையை ஆராய்ந்து வருகிறார்கள். கனடா, ஆல்பர்ட்டோவில் உள்ள எட்மான்டன் நகரப் பகுதியில் நாற்சந்தியில் மொஸார்ட் பாடலை ஒலி பரப்புகிறார்கள். அந்த இசை, பாதசாரிகளை ஒழுங்குபடுத்து வதோடு, போதை மருந்து பிரயோகத்தையும் கட்டுப்படுத்தி விட்டதையும் கண்டறிந்திருக்கிறார்கள்.

அமெரிக்கக் குடிமகனாக அங்கீகாரம் கொடுக்கும் இலாகா, குடியேறியுள்ள வெளிநாட்டு பிரஜைகளுக்கு ஆங்கில மொழி வகுப்பு நடத்துகிறது. பாடத்துக்கு இடையே மொஸார்ட் இசையை ஒலிக்கச் செய்து அவர்களை உற்சாகப்படுத்து வதோடு அல்லாமல், அவர்களின் நினைவாற்றலையும் இதன் மூலம் அதிகப்படுத்துகிறார்கள். இசைக்கு நடுவில் கற்ற ஆங்கில வார்த்தைகளை அவர்கள் மறப்பதில்லையாம்.

மொஸார்ட் இசையின் ரகசியம்

மொஸார்ட் இசையின் அனுகூலங்கள் பற்றிப் பல வாதங்களும், விளக்கங்களும் உள்ளன. மொஸார்ட் இசை மூளையை வெதுவெதுப்பாக்கி, கிரியாஊக்கியாக அமைகிறது என்று Gordan Shaw சொல்கிறார்.

ஆகம அறிவு படைத்த மருத்துவரான அவர், சிக்கலான மொஸார்ட் இசை, சிக்கலான மூளை உறுப்புகளின் வேலையான, நுண்ணறிவு தேவைப்படுகிற செஸ் விளையாட்டு, கணிதம் முதலியவற்றை எளிதாகச் செய்ய ஊக்கம் அளிக்கிறது என்கிறார்.

மன நோய், நரம்புத் தளர்ச்சிக்கு மருத்துவம் அளிக்கும் David Sobel பின்வருமாறு சொல்கிறார். 'மொஸார்ட் இசையின் கிளர்ச்சியில், மூளைப் பகுதியில் சுரக்கும் அபினி கலந்த மயக்க மருந்தை ஒத்த என்டார்ஃபின் என்ற ரசாயனத் திரவம், வலியைப் போக்கி சுபிட்சமான நிலையையும் தூக்கத்தையும் தருகிறது'.

முன்னேற்றம் கண்டுவரும் நரம்பியல் ஆராய்ச்சியின் கண்டுபிடிப்பான 'நியூரோ இமேஜிங்' (மூளையின் இயக்கத்தைத் திரையில் காண்பிக்கும் படம்) மூலம், அமைதியான இசை அட்ரினலின் போன்ற வீரியமான ஹார்மோன், நாளமில்லா சுரப்பிகளைக் கட்டுப்படுத்தி, மூளை உறுப்புகளை அமைதியாக்கி, அதன் மூலம் மனிதனின் உணர்ச்சிகளையும் கட்டுப்படுத்துகிறது என்று தெரிந்துகொள்ள முடிகிறது.

குழந்தைகளுக்கு உணவாகும் இசை

முன்னேறி வரும் நரம்பியல் ஆராய்ச்சியும் நியூரோ இமேஜிங் தொழில்நுட்பமும் இசையின் முக்கியத்துவத்தை விவரிக்கின்றன. விஞ்ஞானத்தின் பல பிரிவுகள், நரம்பியல், மனோவியல் வியாதி, எதிர்ப்புச்சக்தி இயல், மருந்தியல் என எல்லா மருத்துவ இயல் விஞ்ஞானிகளும் மனிதனுக்கு ஆரோக்கியத்தைக் கொடுக்கவும், ஆரோக்கியத்தை நீட்டிக்கவும் இசையின் அவசியத்தை வலியுறுத்துகிறார்கள். இறுக்கம் நிறைந்த பள்ளி முறையில், இசையை ஒரு பாடத்திட்டமாக வைத்து, பாடவும், இசைக் கருவிகளை வாசிக்கவும் பயிற்சி கொடுக்க வேண்டும்.

விஞ்ஞான நிரூபணமாக உள்ள உயர்ந்த அலைகளையும் ஸ்தாயிகளையும் உடைய மொஸார்ட் இசை, பாரோக் இசை, நியூ ஏஜ் இசை இவற்றோடு இந்திய சாஸ்த்ரிய சங்கீதமும் குழந்தைகளின் மூளை வளர்ச்சிக்கும், மன வளர்ச்சிக்கும் மிகவும் அவசியம் என்று ஏற்றுக்கொள்ளப்பட்டுள்ளன.

ஒரு கப் பாலுடன், அரை மணி நேர இசை என்று படுக்கைக்குச் செல்லும் குழந்தைகளுக்கும், பள்ளிச் சிறுவர் களுக்கும் கொடுக்கலாமே!

7

ராக சிகிச்சை

'இசை, தன்னியல்பாகவே ஒரு நிவாரணி; மனிதாபிமானத்தின் வெடித்துச் சிதறும் வெளிப் பாடு; இசை எல்லோர் மனத்தையும் தொடும் உணர்வு; எந்தக் கலாசாரத்தைச் சேர்ந்திருந் தாலும் ஒவ்வொருவரும் இசையை விரும்பு கிறார்'

- பில்லிஜோய்ல்

இன்றைக்கு, உலக அளவில் உள்ள பல இசை நிபுணர்கள், விஞ்ஞானிகள், நரம்பியல் மருத்து வர்கள், நோய்த் தடுப்பு மருத்துவ நிபுணர்கள், மனோவியாதி சிகிச்சை நிபுணர்கள் பல ஆராய்ச்சிக் கட்டுரைகளையும் விஞ்ஞானக் கட்டுரைகளையும் எழுதி வருகின்றனர். நம்முடைய தினசரி, யதார்த்த வாழ்வுக்கும், ஆரோக்கியத்துக்கும் இசை எந்த அளவுக்கு முக்கியமானது என்பதை இவர்கள் வலியுறுத்தி உள்ளனர். உணவு எந்த அளவுக்கு அவசியமோ அந்த அளவுக்கு வாழ்வுக்கு இசையும் அவசியம் என்கிறார்கள்.

ஆனால், பழங்காலத்திலேயே இந்த உண்மையை நம் முன்னோர்கள் நன்கு உணர்ந்திருந்தனர்.

இன்னும் சொல்லப்போனால், இசையே உலகில் மனித நாகரிகத்துக்கு உயிர்நாடியாக அமைந்திருந்தது.

பூர்வீக, பழங்குடி மக்கள் இயற்கையின் சீற்றத்துக்குப் பயந்து வாழ்ந்த காலத்திலும், முன்னேறிய நவநாகரிகக் காலத்தில் வாழும் இன்றைய மனிதன், சக மனிதன், உக்ரவாதிகளின் வெறிகளுக்குப் பயந்து வாழும் நேரத்திலும் இசையே உற்ற தோழனாக மன அமைதியைக் கொடுக்கிறது.

மனிதன் வளர்ச்சி அடையாத நிலையிலும், வளர்ச்சி அடைந்த நிலையிலும் (பிறவி ஞானம், பயிற்சி ஞானம் அடைந்த நிலையிலும்) இசையே தனி இடத்தை வகிக்கிறது. மனத்தின் விவாசத்தையும் ஆழ்ந்த அறிவையும் இசையே பிரதிபலிக் கிறது. மனிதனுடைய வாதங்கள் விவாதங்கள் யாவும் அவனுடைய உள்ளுணர்வை வெளிப்படுத்துகின்றன.

இசையில் இருந்து பிரிக்கப்பட முடியாத ஓர் அங்கமாக உள் ளுணர்வு அமைகிறது. உள்ளுணர்வு தானாகவே மனத்தில் தோன்றுவது. எண்ணங்கள், அனுபவங்கள், தெய்வாம்சமாக ஏற்பட்ட அனுபவம், ஆத்ம ஞானத்தைப் பற்றி அறியவும், தன்னைப் பற்றி அறியவும் உள்ளுணர்வு துணை நிற்கிறது.

படைக்கும் சக்தியைக் கொண்ட இசை தெய்வாம்சமானது. அருவமாக பிரபஞ்சத்தில் நிறைந்துள்ளது இசை. பாகிஸ் தானின் கஸல் இசைக் கலைஞர் குலாம் அலி, தான் பாடும் போது கடவுளிடம் உரையாடுவதாகச் சொல்கிறார்.

இயற்கையிலேயே அமைந்த ஸ்ருதி சுத்தமான ஒரு நாதம்தான் ஸ்வரத்தில் ஆதாரம் என்று சம்ஸ்கிருதத்தில் சொல்லப்படுகிறது. பண்டைய வழக்கில், நாதயோகம் பிரபஞ்சத்தில் நாத அலைகளாக நிறைந்து இருந்ததாகக் கருதப்பட்டு, அதனால் கவரப்பட்டு வந்தது. மனித உடலின் அகத்திலும் புறத்திலும் லயத் துடிப்பு நிறைந்துள்ளது என்று அடையாளம் காணப்பட்டது.

இந்த லயத் துடிப்பு, சாதாரண மனித அறிவுக்கும் உணர்வுக் கும் அப்பாற்பட்டது. உடல் தளைகளை உடைத்து யோகமும் பயிற்சியும் செய்வதன் மூலம் உணர்ச்சிகளுக்கு அப்பாற் பட்ட நாத அலைகளை மனிதன் உணர முடியும். வாழ்க்கைப் பரிணாமத்தில், ஜீவ சாஸ்திரத்தில் லயத் துடிப்பை நம் உடல்

வெளிப்படுத்திக்கொண்டே இருக்கிறது. சில, கேட்க முடிந்தவை. சில, கேட்க முடியாத நிசப்தமான லயத் துடிப்புகள், உடலுக்குள் நிகழும் வாயு சுழற்சி, ரத்த ஓட்டம், உடல் வளர்ச்சி, அசைவுகள், மாற்றங்கள் யாவுமே சில சப்தங்களை ஏற்படுத்துகின்றன. அதைக் கூர்ந்து கவனித்து, கிரகித்துக் கொள்ள முடிந்தவனுக்கு அந்த ஒலிகளைக் கேட்க முடியும்.

பிரபஞ்சத்தில் உயிர் வாழ்க்கை அமைப்பில் இசை அல்லது நாதம் தெளிவான ஒரு வடிவ அமைப்பைப் பெற்றுள்ளது. சப்தம் - நிசப்தம் மாறி மாறி வந்து ஒரு தர்க்கமான, எதிர்ப்பான, ஆனால் அற்புதமான ஒன்றோடு ஒன்று இணங்கி, இணைந்து ஒரு சக்தியாக விரிவடைகிறது. இசைக் கலையைப் பற்றி புத்தக அறிவு மாத்திரம் உள்ளவர்கள் சப்த-நிசப்த இணைப்பை வெறும் நாதம் என்று சொல்வார்கள். ஆனால், இசையை நன்றாக அறிந்தவர்கள், கலைஞர்கள் இதை ஓர் அற்புதமாக உணர்வார்கள். ஆனால், நாத யோகியோ, பிரம்மாவின் திவ்யரூப தரிசனம்தான் இசை என்று கருதுகிறான். சப்த-நிசப்த அலைகளால் ஏற்பட்ட சக்திதான், பிரபஞ்ச சக்தி அல்லது பிரபஞ்சத்தின் உருவ அமைப்பு என்று கருதப்படுகிறது.

உடல் உறுப்புகளின் உதவியால், ஐம்புலன்களின் உதவியால் கற்ற அறிவு உண்மையான அறிவு இல்லை. மனிதன் தன் உள்ளுணர்வால் பெற்ற அறிவு சிறந்த அறிவு என்று தத்துவ ஞானிகள் கூறுகிறார்கள். உள்ளுணர்வு மூலம் அறிந்து கொண்ட நிரந்தரமான முடிவில்லாத உண்மை அல்லது கூற்று மூலம் ஒருவன் எங்கும் நிறைந்த இறைவனைத் தரிசிக்க முடியும். உள்ளுணர்வு இல்லாத அறிவாளிகள், முழுமையானவர்கள் இல்லை. அவர்களும் குறைபாடுகள் உள்ளவர்களே. தாம் பெற்ற அறிவால் வாழ்வின் யதார்த்தத்தை அவர்களால் புரிந்துகொள்ள முடியாது. இன்றைய கலாசார முன்னேற்ற வளர்ச்சிக்கு அறிவைவிட உள்ளுணர்வுதான் காரணம் என்பது குறிப்பிடத்தக்கது.

பண்டைய காலத்தில் இருந்து இந்திய நாகரிகம், தியானம் மூலம் மனத்தை அடக்கி மேன்மையான உணர்வு ஆதிக்கம் செய்வதை வலியுறுத்தி வந்தது என்றாலும், இயற்கையில் நிறைந்துள்ள இசையின் சக்தியையே தன் மேன்மைக்காக நாடியது.

ஆழ்ந்த கொள்கைகளும் பயிற்சியும் அடங்கிய கடினமான புலமை அடங்கிய நாதயோகம் அல்லது லய யோகம், பொருளைத் தட்டி ஏற்படுத்தும் வெளிப்புற ஆஹத ஒலி, ஓசையில் மாத்திரம் அடங்குவதில்லை. அநாஹதம் எனப் படும் தானாகவே இயங்கும் (அகத்தின் ஒலி) அலைகளையும் கொண்டதாக உள்ளது. ஐரோப்பா கண்டத்தில் ஒலிஇயல் வல்லுநர்கள், இசை ஆராய்ச்சியைத் தொடங்கும் முன்பே அராபிய, கிரேக்க, இந்திய பழங்குடி மக்களின் இசை சப்தங் களும், இசை அலைகளும் நோய்களைத் தடுக்கவும், பிணி களுக்குச் சிகிச்சை கொடுப்பதிலும் பெரும் பங்கு பெற்றிருந் ததை அறிந்திருந்தார்கள்.

கிரேக்கப் பழங்கதை, யுலீசிஸின் மரண காயங்கள் இசைச் சிகிச்சையால் குணமாகின என்று பெருமையுடன் சொல் கிறது. அராபிய எழுத்தாளர் இபன்சினா, மருத்துவத்தில் இசையின் பங்கு எவ்வளவு என்று தன் மருத்துவ ஆராய்ச்சி நூலில் எழுதி உள்ளார். இந்திய இசைக் கலைஞன் தான்சேன், சக்ரவர்த்தி அக்பரின் ரத்த அழுத்த நோயை யமன் ராகம் மூலம் சிகிச்சை கொடுத்து சீராக்கினார் என்று சொல்லப் படுகிறது.

> 'என் இதயம் தளும்பி வழியும் நிலையில்
> என் நோயிலும் மனச்சோர்விலும்
> இசையே என்னை அடிமைப்படுத்தி உற்சாகமூட்டுகிறது'
>
> -மார்ட்டின் லூதர்

ராகத்தின் தோரணையை, கமகத்தை, குழைவை ஸ்வரஸ் தானத்தை சூழ்நிலைக்கு ஏற்ப மாற்றியும் முக்கிய ஸ்வரத்தைத் திரும்பத்திரும்ப பிரயோகித்தும் ராகத்தை மருந்தாகப் பயன் படுத்தி சிகிச்சை கொடுக்கலாம். மீன்ட் க்ளிசான்டோ (Glisando), ஸ்டாக்காட்டோ (Staccato) போல் ராகங்களைப் பாடிப்பாடி உணர்வுகளைச் சீர்படுத்த முடியும்.

சரி. உண்மையில் ராகம் என்பது என்ன?

ஸ்வரக் கோர்வை, க்ரமமாக சேர்க்கப்பட்டு, தன் நிலையை நாட்டி, பிரத்யேகமான ஒரு மனோ நிலையையும், உணர்ச்சி யையும், தூண்டுவதாக அமைவதே ராகம். ராகத்தின் தன்மையைப் பொறுத்து மகிழ்ச்சி, துயரம், வெறி, அமைதி

போன்றவை மாற்றம் அடைகின்றன. துயரம் குறைவதோ, வெறி அடங்குவதோ, இன்பமும், அமைதியும் மேலும் கூடுவதோ ராகத்தின் தன்மையைப் பொறுத்தது. இதுவே, ராக சிகிச்சை அல்லது இசைச் சிகிச்சையின் அடிப்படை ஆதாரம்.

உணர்ச்சிப்பெருக்கையும், அதன் நுண்ணிய வேறுபாடு களையும், லயங்களையும் மெல்லிசையையும் கொண்டு அமைதிப்படுத்தவும் வசப்படுத்தவும் முடியும். இசைக் கருவிகளை வாசித்தும் பாடிக் காட்டியும் அல்லது கேட்டும், குறிப்பிட்ட ராகம் மருந்தாக அமைவதைப் பார்க்கலாம். பல்வேறு ராகங்கள் பல நோய்களுக்குத் தீர்வாக அமை கின்றன என்பது உறுதிப்படுத்தப்பட்டுள்ளது.

ஒரு ராகத்தைப் புனைவது வெறும் மெல்லிசை புனைவது போன்ற எளிமையான காரியம் இல்லை. ஸ்வரக்கோர்வைகள் சேர்ந்த ஒரு மென்மையான ராகத்தை வைத்து மெல்லிசையை எளிதாக இயற்ற முடியும். ஆனால், ராகத்தை அமைக்க ஸ்வரங்களின் லட்சணத்தைக் காப்பாற்றி, கால் ஸ்வரங்கள், ஒட்டு ஸ்வரங்கள், கமகங்கள் என்று ஸ்ருதி பிசகாமல் அதன் தன்மை சிதைந்துவிடாமல், ஸ்வரஸ்தானம் மாறாமல் அமைப்பதுதான் சிறப்பு. கேட்பவர்களை மகிழ்விக்கிற எண்ணம் மாத்திரம் இல்லாமல் ராகத்தின் அலைகள் கேட்பவரின் உள்மனத்தை அசைத்து, அவர்களுக்கு மருந்தாகவும் அமையும்படி இசை மேதாவிகள் ராகத்தைக் கண்டுபிடித்தார்கள்.

வட இந்திய- தென்னிந்திய சாஸ்த்ரிய சங்கீத வல்லுநர்கள், இசையின் சக்தியை, செல்வாக்கை நன்றாக அறிந்தவர்கள். வானத்தில் இருந்து மழையைக் கொண்டு வரும் சக்தியில் ஆரம்பித்து, கேட்பவர்கள் மன அழுத்தத்தை நீக்கி மனத் தெளிவைக் கொடுக்கும் சக்தி வரை, ராகங்கள் பல அற்புதங் களை நடத்தும் என்று அறிந்தவர்கள்.

வாய்ப்பாட்டின் மூலமோ, இசைக் கருவி வாசிப்பின் மூலமோ அல்லது தகுந்த ராகத்தைக் கேட்பதன் மூலமோ, ஆங்கில அல்லது ஆயுர்வேத மருந்துகளுடன் இசையையும் மருந்தாக ஒரு நோயாளி எடுத்துக்கொள்ள முடியும். ராகத்தால் மட்டும் தனியாக நிவாரணம் கொடுக்க முடியாது

என்றாலும், மற்ற மருந்துகளுடன் சேர்ந்து நிவாரணத்தைக் கொடுக்கும்.

'ராகம் வெறும் மெல்லிசை இல்லை' - த்வனிக்கு ஒலி ஸ்வரக் குறிப்புக்குள் ஸ்வரத்தை அடக்க முடியாததுபோல், ராகத்தையும் ஒரு வரையறைக்குள் அடக்க முடியாது. ராகம் ஒரு மெல்லிசை அல்லது ஒரு மென்மையான பாட்டுக்குள் அடங்குவது அல்ல. ஸ்வரக் குறிப்புகள் அடங்கிய மென்மையான தொடர்ச்சிபோல் மெல்லிசை அமைய, ராக அமைப்பு முழுமையான ஸ்வரங்கள் நெருக்கமாக அமைந்து, ஒரு முழு நாத வடிவத்துடன் சிக்கலான உருவாக இருக்கிறது.

மெல்லிசையில், ஸ்வரத்தின் தனித்தன்மைக்கு இடையே ஏற்படும் மிக நுண்ணிய நிசப்தத்தால் ஸ்வரத் தொடர்ச்சிக்கு அபூர்வமான அழகைக் கொடுத்துவிடுகிறது.

'ஸ்வரங்களுக்கு இடையே வரும் நிசப்தமே இசையாகும்'

- க்ளாடி டிபஸ்ஸி

மேலைநாட்டு இசையில், 'நோட்' எனப்படும் ஸ்வரக் குறிப்பை தனித்தன்மை மாறாமல் தனியாக வாசித்தோ அல்லது சேர்ந்து வாசித்தோ மேன்மைப்படுத்துகிறார்கள், விளம்பரப்படுத்துகிறார்கள். மேலை நாட்டு இசை முறையில், நோட் (ஸ்வரக் குறிப்பு) தன்மை மாறாமல் கலப்படம் இல்லாமல், சுத்தமாக இருப்பதால் இசையின் பல அழகிய தோற்றங்களுக்கு வழிகாட்டுகிறது.

ஒரே மாதிரி நோட் அமைந்த இசை, ஏற்றத் தாழ்வுகள் நோட் அமைந்த இசை, அடங்கிய ஸ்வரத்தின் மாறுதலால் பல வகைப்பட்ட இசை, ஒரே நேரத்தில் சம்பவிக்க ஏதுவாக அமைகிறது. ஒரே நேரத்தில் பலவகை நோட்களும் மெல்லிசையும் ஏக காலத்தில் வாசிக்கப்பட்டு அழகிய இசை வடிவத்தைத் தருகிறது. (பாலிஃபோனி) விருப்பமான வரியைக் கூர்மையாகக் கேட்டு களிப்படையலாம்.

'ஸ்வரம் வெறும் ஒரு த்வனி (நோட்) இல்லை' - ஸ்வரமும் த்வனியும் ஒன்றுக்கொன்று இணைந்தும் இடம் மாறிக் கொண்டும் இசைவாக இருந்தாலும், இரண்டுக்கும் இடையே மிக விரிந்த வேறுபாடுகளும் இருக்கின்றன.

மேலை நாட்டு நோட்டும் (த்வனி) இந்திய ஸ்வரமும்

மேலை நாட்டு இசையில் ஒரு நோட் என்பது வெறும் த்வனிதான். இயந்திர கதியான, கணக்கு எடுத்தது போன்ற அமைப்பு. இதற்கு மேற்கோளாக மத்திய ஸ்ருதியான 'சி' அமைப்பை மேல்நாட்டு சங்கீதத்தில் காணலாம். மிகவும் எச்சரிக்கையோடு, ஈடுபாட்டோடு நோட் அமைக்கிறார்கள். இந்திய ஸ்வரம் எளிமையான, அனுசரித்துப் போகக்கூடிய அனுஸ்வரங்களுடன், கமகங்களுடன் ஒரு ராகத்தை ஆராதனைக்கேற்ப அமைப்பதில் வல்லமை பெற்றது.

ஒரு ஸ்வரம் என்பது ஒத்தை நோட் ஆக இல்லை. த்வனி ஆகத் தனித்தும் இல்லை. கால், அரை, ஸ்வர கமகங்கள் சேர்ந்து ஸ்வர அலைகளுடன் சேர்ந்து கதம்பமான ஸ்வர அழகுடன் ஒரு ராகப்பிடிப்புடன், அலங்கார ஆடையைப் பின்னியது போன்ற நேர்த்தியுடன் உள்ளது.

இசை உலகத்துக்கு, இந்திய இசை ஒரு வரப்பிரசாதம். இதனாலேயே இந்திய இசையும், ராகமும், இயந்திர கதியான இசையாக இல்லாமல் இறைவனுக்குச் சமர்ப்பிக்கும் ஆன்மிக இசையாக மலர்கிறது. இந்திய இசையின் கமகங் களும், ராக அலைகளும் ஆத்மார்த்தமான ஒரு வடிவமாக வெளிவருவது இதன் சிறப்பு. இங்கே நோட் மற்றும் டோன் ஒலிவடிவம், ஸ்வரத்தை அல்லது ராகத்தை மறைத்து விடாமல், இந்திய இசையில் ஆத்மா மிளிர்கிறது.

முக்கிய ஸ்வரத்தை அடுத்த அரை, கால் ஸ்வர அலைகளும் கமகங்களும் சேர்ந்த இந்திய இசை, மேலை நாட்டு இசையைவிட, ஆசியா கண்டத்தில் ஒரு கிளர்ச்சியை ஏற்படுத்தியதோடு யோகாவுக்கும் வழிவகுக்கிறது. பாவம் தான் இந்திய இசையின் முக்கிய அம்சமாகத் திகழ்கிறது.

லயம் என்பது வெறும் துடிப்பு இல்லை

லயம் என்பதற்குப் பல பொருள்கள் உள்ளன. காலப்ர மாணம், ஸ்வரங்களுடன் இணைவது, லயயோகமாக ஒரு பொருள் மீது ஒரு இலக்கோடு ஈடுபடுவது, ஒற்றுமை, தனித்து இருப்பது, பற்றற்ற நிலை, மேன்மை அடைந்த விச்ராந்தி நிலை எனப் பலவாறாக லயத்தை அறியலாம்.

வெறும் நாதத்தைத் தொடர்ந்த நிசப்தம், சப்தம் - நிசப்தம் என்ற அற்புதம்தான் காலப்ரமாணம்.

ஒரு பாடகர், கார்வை கொடுத்து சில நிமிடங்கள் ஒரு ஸ்வரத்தில் நிற்கும்போது, அவருடைய ஸ்வாசத்தின் பிடிப்பில் காலம் நின்றுவிட்டதுபோலவும், அதுதான் விச்ராந்தி எனப்படும் தெய்வீக அனுபவம் என்பதையும் லயம் உணர்த்துகிறது.

கிரேக்க மூதாதையர்கள், rhythmos என்ற துடிப்புக்கும் arhythmos என்ற காலப்பிரமாணத்துடன் கூடிய துடிப்புக்கும் வேறுபாடு உள்ளதைக் கணித்தனர். இந்திய இசையிலும் இது ஏற்றுக்கொள்ளப்பட்டுள்ளது. ஒரு லயத்தில் உள்ள விறுவிறுப்பும், துடிப்பும் தாளமாக மாறும்போது அடையும் வேறுபாடு, திட்டவட்டமான ஒரு கணக்குடன் அமைவதைப் பார்க்கலாம்.

பண்டைய காலத்தில் இருந்து லய யோகத்தில் ஒழுங்கு முறையை வலியுறுத்தி அதுவே லயப்ரக்ஞை என்ற பயிற்சியுடன், கால நிர்ணயப்படி ஓர் அமைப்பைப் பெற்று காலப்ரமாண துரித நடையும், ரசனையும் நிறைந்த ஆன்மிக நிலையைப் பெற்றுவிட்டது.

சரித்திர வரலாற்றுக் குறிப்புகளும் ராக சிகிச்சையும்

ராக சிகிச்சையும் நிவாரணமும், இந்திய இசை மேதைகளின் கண்டுபிடிப்பே. ராகம் என்பது ஸ்வரக் கோர்ப்பு. தகுந்த ஸ்வரங்களால் தொடுக்கப்பட்ட ஒரு லட்சணமும் உணர்வும் கொடுக்கக்கூடிய ஸ்வரத்தொடராகும். அதன் தன்மையைப் பொறுத்து, ஒரு ராகம் மகிழ்ச்சி, துக்கம், கோபம், அமைதி போன்றவற்றை ஒருவரிடம் அதிகரிக்கவோ, குறைக்கவோ செய்கிறது. கேட்பவர்களின் மனப்போக்கை அறிந்து ராகத்தைப் பாடி, கேட்க வைக்கலாம். பல ராகங்களின் லயமும், இசையும் பாடிக் கேட்கவைத்து பல உணர்ச்சிகளைக் கட்டுப்பாட்டுக்குக் கொண்டுவரலாம்.

தொன்றுதொட்டு, இந்துக்கள் நோய் நிவாரணத்துக்கு இசையைச் சார்ந்து இருந்தார்கள். கடவுளிடம் ஓதும் மந்திரங்களும் வேதங்களும் தெய்வ ஆராதனைகளும் இசை வடிவாகவே இருந்து வந்தன. மனிதனின் உடலில் பல ஒவ்வாமைகள்,

ரோகம், சுற்றுச்சூழல் ஒவ்வாமை, பிரச்னைகள் வரும்போதும் இசையே நிவாரணியாகக் கையாளப்பட்டது.

அக்பரின் அரண்மனை இசைக் கலைஞர் புகழ் வாய்ந்த தான்சேனின் குரு ஹரிதாஸ் ஸ்வாமி, ஓர் ஆங்கில சக்கர வர்த்தியின் மனைவிக்கு ஏற்பட்ட நோயை ஒரு குறிப்பிட்ட ராகத்தைப் பாடிப்பாடியே நிவாரணம் செய்து கொடுத்தார் என்று சொல்லப்படுகிறது.

பழங்காலத்து சம்ஸ்கிருத நூல்களிலும் ராக சிகிச்சை பற்றியும், ராக மருத்துவம் பற்றியும், மனோ வைத்திய சிகிச்சை பற்றியும் குறிப்புகள் காணப்படுகின்றன. ஸ்வரங் களும், ஒட்டு ஸ்வரங்களும், கமகங்களும், உணர்ச்சிகளும் நிறைந்த மென்மையான ராகங்களைப் பாடி சிகிச்சை கொடுத்து வந்தனர் என்பது தெரியவருகிறது.

ஸ்ம்ஸ்க்ருத 'ராக சிகித்ஸா' ஆவணமாக, ராக சிகிச்சையைப் பற்றி எழுதியுள்ளது. இசை வல்லுநர்களும், இசை ஆராய்ச்சி யாளர்களும், கலைஞர்களும் நோய்த்தடுப்புக்கான ராகங் களையும், இசை மருத்துவத்துக்கான ராகங்களையும் தங்கள் சொந்த அனுபவத்தின் மூலம் பரிந்துரைத்துள்ளனர்.

ராக சிகித்ஸா, பல நோயின் ஆபத்துகளை எதிர்த்துப் போராட, ராகங்களைத் தயாராகப் பிரயோகத்தில் வைத்திருக் கிறது. காயங்களையும், அறுவைச் சிகிச்சைக்குப் பிறகு ஏற்படும் காயங்களையும் விரைவில் குணமாக்குகிற சக்தி இசைக்கு உள்ளது. வேலைப் பளு, மனச் சோர்வு, மன அதிர்ச்சி, வலி போன்ற நிலைகளில், ராக சிகிச்சை முக்கியப் பங்கு வகிக்கிறது.

இசையைப் பாராட்டத் தெரிந்த, இசை ஆர்வம் கொண்டவன், இசையால் மனநிலை எந்த அளவு மாற்றம் அடைகிறது என்பதை ஒப்புக்கொள்வான். பழுதடைந்த உடல் உறுப்பை, இயக்கும் சக்தியை இசை திருப்பிக்கொடுக்கும் சக்தி வாய்ந்தது. உடலில் நோய்த் தடுப்பு சக்தியையும் இசை வளர்க்கிறது.

நவீன ஆராய்ச்சியிலும், ராக சிகிச்சை பற்றிய கருத்துகள் உற்சாகமான முடிவையே கொடுத்துள்ளன. மனோவியாதிப் பிரச்னைகளிலும், வலி நிவாரணத்துக்கும், விளையாட்டுப்

போட்டிகளிலும், உடல் துடிப்புகளிலும், வலிப்பைக் கட்டுப் படுத்தவும், பேச்சு இழந்தவர்களுக்குப் பேச்சுப் பயிற்சி கொடுப்பதிலும் தகுந்த இசையைப் பாட வைப்பது, கேட்க வைப்பது போன்ற முறைகளால் சிகிச்சை கொடுக்கப்படு கிறது.

நோய்த் தடுப்புக்கும், சிகிச்சைக்கும், நிவாரணத்துக்கும் இசையின் பங்கு பெரிதும் உள்ளதை நடைமுறையில் தெரிந்து வைத்திருந்தாலும், சமீபகாலமாகத்தான் ராக சிகிச்சைக்கு ஆர்வமும் வரவேற்பும், அங்கீகாரமும் கிடைக்கத் தொடங்கி யுள்ளது.

ராக சிகிச்சைக்கு ஒரு குறித்த காலக்கெடுவும், காலமதிப் பீடும் உள்ளது என்றாலும், அதிக நாள் சிகிச்சையோ, காலம் குறைந்த சிகிச்சையோ, அதற்கு மற்ற மருந்து வகைகளைப் போன்ற மாற்று விளைவோ கிடையாது. சரியான விஞ்ஞான மதிப்பீடும் தகுந்த ராகத்தை மருந்துச் சீட்டாக எழுதிக் கொடுக்கும் மருத்துவ நியதியும் ராக சிகிச்சையிலும் அறிமுக மாக வேண்டும்.

இந்திய இசை அறிவு சார்ந்ததும், உணர்ச்சிப்பூர்வமானதும் ஆனது. மெல்லிசையின் பாவத்தினால் கேட்பவர்களின் மன உணர்ச்சிகள் சீர்தூக்கப்படும்போது, அவர்களின் அறிவுப் பசி, கணித சாஸ்திரப்படி அமைக்கப்பட்டுள்ள தாளப் பிரயோகத்தால் திருப்தி அடைகிறது.

இந்திய சாஸ்த்ரிய சங்கீதம், அழகுக்கும், மனத்தின் தெளி வான எண்ண ஓட்டங்களுக்கும் முக்கியத்துவம் கொடுக் கிறது. அதுவே அதன் முக்கிய நோக்கமாக இருக்கிறது. இதனால், நுண்ணுணர்வுகளுக்கும், அறிவுக்கூர்மைக்கும் ஏற்ற சராசரியான சமநிலையை இசை தருகிறது. மேலும், சாஸ்த்ரிய சங்கீதத்தைக் கேட்கும்போது மனம் ஒருநிலைப் படுவதுபோல் உடலும் ஒருநிலைப்பட்டு ஆரோக்கியத்தைப் பெறுகிறது. மனம், பிரச்னைகளைத் தாங்கும் சக்தியைப் பெறுவதுபோல், உடலும் ஆரோக்கிய நிலையைப் பெறுகிறது. தினசரி வாழ்வில் அதிக அளவு இசையைக் கேட்பதன் மூலம், வாழ்வோடு இணைந்த ஒரு பகுதியாக இசையை ஏற்றுக்கொண்டால் வாழ்க்கை இன்பமாக ஓடும் என்பதில் சந்தேகமே வேண்டாம்.

கர்நாடக சங்கீதமும், ஹிந்துஸ்தானி இசையும் சிகரத்தைத் தொட்டுவிட்டாலும், ராக சிகிச்சையை முறையான மருத்துவமாகக் கடைப்பிடித்தது மறைந்துவிட்டது. அதன் சிகிச்சைத் திறன் பற்றிய சர்ச்சை குறைந்துவிட்டது.

ராக சிகிச்சையை அறிந்தவர்களிடம் விவரங்களைச் சேகரித்து, அவற்றைப் பதிவுசெய்து, ஆவணங்கள் தயாரித்து வைக்க வேண்டும். மருத்துவமனைகளில் அந்தக் குறிப்புகளை வைத்து நோய்க்கு ஏற்ற ராக சிகிச்சை செய்து அதைப் பற்றிய செய்திகளைப் பரப்புவதோடு அதைப் பற்றி பொதுமக்கள் தெரிந்துகொள்ளும்படி பத்திரிகைகளில் கட்டுரைகளும் வெளியிட வேண்டும்.

சில ராகங்களைக் கேட்கும்போது சீரான மனநிலை ஏற்படு வதை உணர்கிறோம். யோகா பள்ளிகளிலும் ராகத்தின் இந்தக் குணாதிசயங்களைப் பரப்புகிறார்கள்.

சில பிரத்யேக ராகங்கள், சில பிரத்யேக இசைக் கருவிகளில் வாசிப்பதால் நோய்க்கு நிவாரணம் கிடைக்கிறது. இசைக் கருவியின் மென்மையான நாதம்தான் இதற்கு முக்கியக் காரணமாக அமைகிறது.

தென்னிந்திய இசைக் கருவியில், வீணையின் இனிய நாதத் தால், கர்ப்பிணியின் பிரசவம் எளிதாகி குழந்தை நல்லபடி யாகப் பிறக்கிறது என்று அனுபவத்தால் சொல்லப்படுகிறது. சில ராகங்கள், மனத்தைச் சமநிலைப்படுத்திவைக்க ஏற்றதாக உள்ளது. இதற்கு மத்யமாவதி ராகத்தை உதாரணம் காட்டலாம்.

கச்சேரிகள், பஜனைகள், கதாகாலட்சேபம் ஆகிய இசை நிகழ்ச்சிகள், மத்யமாவதி ராகத்தோடு முடிக்கப்படுகின்றன. மத்யமாவதியில் ஸரிம என்ற ஸ்வர சஞ்சாரம் நான்காவது ஐந்தாவது சுற்றாகப்பாடி ரக்தி ராகமாகப் பாடி முடிக் கிறார்கள். மங்களகரமான இந்த ராகம் பாடி முடிப்பதால், கேட்பவர்களுடைய மனநிலை திருப்திகரமாகவும், சந்தோஷமாகவும் இருக்கும். கச்சேரியில் பல ராகங்களை, உருப்படிகளைப் பாடும் கலைஞரோடு மனம் ஒன்றுபட்டு, கேட்பவர் மனநிலையும் பல உணர்ச்சிகளுக்கு ஆளாகி, ஒரு கதம்ப நிலைக்கு வந்துவிடும். உணர்ச்சிக் கலவைகளைச் சீர்படுத்தும் முயற்சியாகவே மத்யமாவதியில் மங்களம் பாடப்படுகிறது.

பூபாளம், பௌளி, மலயமாருதம் போன்ற ராகங்கள் பொழுது புலர்ந்து உறக்கத்தில் இருந்து எழுப்ப சுப்ரபாதமாகப் பாடப் படுகின்றன. ஏழுமலையானுக்கே பூபாளம்தான் சுப்ரபாதம். நாத நாமக்ரியை, நெஞ்சைக் கரையவைக்கும் கருணை ரசம் மிக்க ராகம். கல்நெஞ்சக்காரனான கொலைக் குற்றவாளி யைக்கூட முரண்டுபிடிக்கும் வெறியனைக்கூட மனத்தை இளக வைக்கும் தன்மை வாய்ந்தது.

இந்திய சாஸ்த்ரிய சங்கீதத்தின் மும்மூர்த்திகளும், அதே கால நிலையில் மேலை நாட்டில் வாழ்ந்த இசை மும்மூர்த்தி களான பாக், பீத்தோவன், மொஸார்ட் ஆகியோரும் ராகத் தின் சக்தியைப் பற்றி நன்கு அறிந்தவர்கள். தியாகப்ரம்மம், தனி பிலஹரி ராகக் கீர்த்தனையான 'நா ஜீவ தாரா'வைப் பாடி உயிரற்ற உடலுக்கு உயிர் கொடுத்தார் என்று சொல்லப் படுகிறது. முத்துசுவாமி தீட்சிதரின் நவக்ரஹ க்ருதிகள் மூலம் குடல் நோய் தீர்ந்தது என்றும், ஸ்யாமா சாஸ்த்ரிகளின் துரு ஸுகு, இறைவனிடம் ஆரோக்கியத்தை வேண்டி பாடப் பட்டதாகவும் சொல்லப்படுகிறது.

நோய்களைக் குணப்படுத்தக்கூடிய சில ராகங்கள்

தர்பாரி கானடா, கமாஜ் போன்ற ஹிந்துஸ்தானி ராகங்கள் மன இறுக்கத்தைத் தளர்த்துகின்றன. முக்கியமாக, மனநிலை குன்றியவர்களின் மன இறுக்கத்தைத் தளர்த்த உதவுகின்றன. ரத்த அழுத்தம் அதிகமானவர்களுக்கு ஆஹிர் பைரவ், பூரியா, தோடி போன்ற ஹிந்துஸ்தானி ராகங்கள் அழுத்தம் குறைய பரிந்துரைக்கப்படுகின்றன. கர்நாடக சங்கீத ராகமாகிய புன்னாகவராளி, சஹானா போன்றவை கோபத்தையும் மூர்க்கமான வெறியையும் அடக்க உதவுகின்றன.

வயிறுக் கோளாறுக்கு சில ஹிந்துஸ்தானி ராகங்கள் நிவாரணம் தருகின்றன. பித்தம் தெளிய - தீபக், மலச் சிக்கலை ஒழிக்க குங்கலி மற்றும் ஜோன்புரி, குடல் வாயுக்கு மால்கோன்ஸ் போன்றவை குறிப்பிடத்தக்கவை. மால் கோன்ஸ், மார்வா ராகங்கள், மலேரியா போன்ற கடுங் காய்ச்சலைக் குறைக்கின்றன. தர்பாரி கானடா, ஜெய் ஜெய்வந்தி, சோஸ்னி ராகங்கள், தலைவலிக்குத் தீர்வு கொடுக்கின்றன.

எதுவாக இருந்தாலும், ராகத்தைப் பாடுவதாலோ, கேட்ப தாலோ மட்டும் நிவாரணம் பெற முடியாது. உபாதை களுக்குத் தரப்பட்ட மருந்து, மாத்திரைகளுடன் இசையும் சேர்ந்தால் நோயின் கடுமை தெரியாமலும், ஓய்வெடுக்கும் நேரத்தை இசையைக் கேட்டு அனுபவித்தும் விரைவாகக் குணம் பெறலாம்.

சர்வரோஹ நிவாரணியாகும் ராகங்கள்

ஸ்வர சாஸ்த்ரா என்ற பழமையான இந்திய கர்நாடக சங்கீத நூல், 72 மேளகர்த்தா ராகங்கள், நம் உடலின் நரம்பு மண்டலத்தில் உள்ள 72 நரம்புகளைக் கட்டுப்படுத்தி ஆள்கிறது என்று சொல்கிறது. ஸ்ருதி சுத்தத்தோடும், ராக லட்சணம் பிறழாமலும் குறிப்பிட்ட ராகத்தைப் பாடினால், குறிப்பிட்ட நரம்புக்கு அனுகூலமாக சிகிச்சை கொடுக்கும் என்கிறது.

சில ராகங்கள் மன உணர்ச்சிகளைத் தூண்டுவதோடு உடல் அசைவுகளையும் தூண்டுகின்றன. மனத்தை மயக்கும் ராகத்தைக் கேட்கும்போது, தன்னை அறியாமல் தலை யாட்டுவதும், உடல் அசைவும் நடைபெறுகின்றன. சத்தம் நாராசமாக ஒலிக்கும்போது நம் உடல் விதிர்த்துப்போய் நடுக்கம் ஏற்படுகிறது. ஓர் இரும்புக் கழியால் கீச் என கடூரமான சப்தம் எழுப்பினால் அதுவே நாராசம். திடீரென்று கேட்கும் வெடிச் சத்தம் சப்த நாடியை ஒடுக்குகிறது இல்லையா?

எளிமையான மெல்லிசை, நிதானமான நடையில், மிகவும் இறங்கிய ஸ்வரங்களால் புனையப்பட்ட பஜன்கள், கீர்த்தனைகள், மனத்துக்கு மயில் இறகால் வருடியது போன்ற இதத்தைக் கொடுக்கின்றன. இந்த மாதிரியான மெல்லிசை கேட்பவர்களின் இறுக்கத்தைத் தளர்த்தி ஆகாயவெளியில் பறப்பதைப் போன்ற உல்லாசமான உணர்ச்சியைக் கொடுக் கின்றன. மேலும், ஆழ்ந்த சுவாசத்தையும், மனவெழுச்சி யின் அலைகளை உணரக்கூடிய அனுபவத்தையும் தரு கின்றன. இதை புவிஈர்ப்புச் சக்திக்கு ஈடாகவோ அல்லது மின்னிசை சக்திக்கு நிகரான அனுபவம் என்றோ சொல்லலாம்.

ஆரோஹணம், அவரோஹணம் என்று ஏறும், இறங்கும் வரிசைகளைக் கொண்டதுதான் ராகம். ராக அமைப்பில்

அவரோஹணம் என்ற இறங்கு நிலையில் உள்ள ஸ்வரங்கள் உள் அடங்கிய மன எண்ணங்களையும் அமைதியை விரும்பும் மனோநிலையையும் ஏற்படுத்துகின்றன.

ஏறு வரிசையில் உள்ள ஆரோஹண ஸ்வரங்களுக்கு மேல் நோக்கிப்போகும் கம்பீரம் உள்ளது. இதனால், உடலிலும் உள்ளத்திலும் உற்சாகம் பொங்குகிறது. நடனங்கள் உற்சாக மாகவும், உயிர்த்துடிப்போடும் இருக்க ஆரோஹண ஸ்வரங்கள் அதிகமாகப் பிரயோகப்படுத்தப்படுகின்றன. படைவீரர்களுக்காக வாசிக்கப்படும் இசையில், ஆரோஹண ஸ்வரங்கள் அதிகமாகக் காணலாம். உலகம் முழுதுமே ராணுவ இசையிலும், நடன இசையிலும் ஆரோஹண ஸ்வரங்கள் (நோட்களும்) உபயோகப்படுவதைப் பார்க்கலாம்.

இதுபோல், துக்கம் நிறைந்த வருத்தமான பாடல்களில் (காதல் தோல்வி) அவரோஹண ஸ்வரங்கள் நிறைந்து காணப்படும். இது அவசியமான கண்டிப்பான நியதி இல்லை. மேலைநாட்டு இசையில் பெரிய ஸ்ருதிக் கட்டை யில் வாசிக்கிற நோட் மகிழ்ச்சிகரமான இசையாகவும், தாழ்ந்த ஸ்ருதிக் கட்டையில் வாசிக்கும் நோட் துயரம் நிறைந்த, ஆழ்ந்த எண்ணம் நிறைந்த இசையாகவும் இருக்கும்.

சில இந்திய ராகங்களும் நம் உணர்ச்சிகளுடன் நேரிடையான தொடர்புகொண்டதாக உள்ளன. பயம், மகிழ்ச்சி, கவலை, எதிர்பார்த்தல், ஏமாற்றம், துயரம் ஆகிய மனோநிலைக்கு ஏற்றபடி குறிப்பிட்ட அலைகள் கொண்ட ராகங்கள் உள்ளன. மகிழ்ச்சியைக் கூட்டவும், துயரத்தைக் குறைக்கவும் இந்த ராகங்களால் முடிகிறது.

கர்நாடக சங்கீதத்தில் ராக மருத்துவம்

தூக்கத்தை அபகரிக்கும் இன்சோம்னியா நோய்க்கு இரவில் நீலாம்பரி ராகத்தை விட்டுவிட்டுக் கேட்டால் உறக்கம் வரும். தாயின் தாலாட்டுகூட நீலாம்பரி ராகம்தானே.

பிலஹரி ராகம் அல்லது காம்போதி ராகம் பாடும்போது/ கேட்கும்போது ராணுவத் துடிப்பும் உற்சாகமும் மேலிடும். உணவு அதிகமாகச் சாப்பிட்டு அஜீரண அவஸ்தைக்கு ஆளானால் இசையைக் கேட்டு ஜீரணத்தை எளிதாக்க முடியும். சாமா ராகம், மன அமைதியைத் திருப்பித் தரும்.

பூபாளம், மலையமாருதம், பௌளி போன்ற சுப்ரபாத ராகங்கள் துயில் எழுப்புகின்றன. பக்கவாத நோயால் தாக்கப் படுபவர்களுக்கு த்விஜாவந்தி ராகத்தை அவ்வப்போது கேட்டால் நிவாரணம் கிடைக்கும். மன துக்கத்திலேயே ஆழ்ந்து கிடப்பவர்கள், கல்யாணி ராகம் கேட்டால் மனத் தெளிவு ஏற்படும். நாதநாமக்ரியா, கல் நெஞ்சக்காரனையும் இளக்கக்கூடிய கருணை நிறைந்த ராகம்.

மேலே குறிப்பிட்ட சில ராகங்களை ஆராய்ச்சிக்கு எடுத்துக் கொண்டு, அதன் ஸ்வர ரகசியங்களைக் கண்டு அறிந்த பிறகே சிகிச்சைக்குப் பயன்படுத்தப்பட்டன. ஒரு தாய், குழந்தைக்குத் தாலாட்டுப் பாடி தூங்கவைப்பதுபோல், இந்தப் புத்த கத்தைப் படிப்பவர்கள், ராகங்களைப் பாடியும், கேட்டும் அதன் பரிணாமத்தை முயற்சி செய்து பார்க்கலாம்.

> ‘மிக அழகு வாய்ந்த இசை கொடியதும் ஆகும். இசையின் அழகில் தனிமை-துன்ப அழகு, வலிமையின் வலிஅழகு, சுதந்தரத்தின் அழகு, தோல்வியின் அழகு, நிறைவேறாத அன்பின் அழகு, குரூரமான இயற்கை அழகு என முடிவற்ற சோர்வும் நிறைந்துள்ளது’
>
> - பெஞ்சமின் பிரிட்டின்

8

உணர்ச்சியும் இசையும்

பெரும்பான்மையான உயரிய இன்னிசை, முக்கிய மாக இந்திய ராகங்கள், தீவிரமான உ ணர்ச்சிகளைக் கொண்டதாக உள்ளன.

குட்டிபோட்டு பால் கொடுக்கும் இனத்தைச் சேர்த்த ஆறறிவு படைத்த மனிதன், இன்ப-துன்ப உணர்வு களுக்குப் பெரிதும் ஆளாகிறவன். உணர்ச்சிகள், மனிதனின் நரம்பு மண்டலத்தோடு இணைந்து மூளைப் பகுதியில் ஒழுங்குபடுத்தப்படுபவை. வார்த்தைகளால் உணர்த்த முடியாதவை. மனத்தில் ஆழப் பதிந்துள்ள உணர்ச்சிகளான பயம், விருப்ப மின்மை, வெறுப்பு, அவமானம், வருத்தம், ஆச்சரியம், கோபம், மகிழ்ச்சி போன்றவையே இவை.

உணர்ச்சிகளைப் பற்றி தெரிந்துகொள்கிற இந்தத் துறையை மனோதத்துவ சாஸ்திரம் என்று சொல் கிறோம். இதை, சமீப காலமாக நரம்பியல் விஞ்ஞானத்துடன் சம்பந்தப்பட்ட செயற்கைப் புத்திசாலித்தனம் என்ற கல்வித் துறையின் தொடர் போடு கற்று வருகிறார்கள்.

சொல் இலக்கணத்தை வைத்துப் பார்க்கும்போது எமோஷன் (உணர்ச்சிகள்) என்பது லத்தீன் மொழியில் இருந்து வந்திருக்கிறது.

Ex-out- outward

Motion – movement, action, gesture

Ex-motion- emotion என்ற சொல் ஆயிற்று.

ஓர் உணர்ச்சி, உடல் அளவிலோ, மனத்தளவிலோ ஒருவித ஓட்டம் அல்லது அசைவு அல்லது அதிர்ச்சியை ஏற்படுத்து கிறது என்றும் சொல்லலாம். கால ஓட்டத்தை ஏற்படுத்தும் இசைக்கு உணர்ச்சிகளைப் பிரதிபலிக்கவைக்கும் ஏராளமான திறமைகள் இருக்கின்றன. உணர்ச்சிகளை வெளியிட வழிகள் இருக்கின்றன. ஆனால், இசையின் இந்தத் திறமையை ஏற்க எட்வர்ட் ஹான்ஸ்பிக் தயாராக இல்லை. இசை, உணர்ச்சிகளை வெளிப்படுத்தும் பிரதிநிதியாக இருக்க முடியாது. உணர்ச்சிகளின் பொருளை, ஆதாரத்தைப் புரிந்துகொள்கிற தன்மையும், உணர்ச்சிகளைத் தூண்டும் பொருளைப் புரிந்துகொள்ளவோ அதன் ஆதாரத்தைத் தெரிந்துகொள்ளவோ இசையால் முடியாது என்கிறார். வரையறை அற்ற தெளிவான மன எண்ணங்களை உணர்ச்சி களாக மாற்றுவது மனத்தின் புரிதல் அல்லது தீர்மானம்தான் என்கிறார் அவர்.

மனிதன், உணர்ச்சிப்பெருக்கை வாய் வார்த்தைகளால், தன் செய்கைகளால். சமிக்ஞைகளால் உணர்த்துவதுபோல் இசை யும் உணர்ச்சிகளை விசேஷ அம்சங்களாக வெளிப்படுத்து கிறது.

நம் உடல்கூறு, உணர்ச்சிகளைப் பலவகையிலும் பிரதி பலித்துக் காட்டுகிறது. பயமும் கோபமும் தசை இறுக்கத் திலும், உயர் இதயத் துடிப்பிலும், மகிழ்ச்சி உடல் லேசாகிக் காற்றில் பறப்பதுபோன்றும், துக்கம் தொண்டை இறுகி அடைத்துப்போவதையும், ஆசை பெருமூச்சையும், நாக்கு வறட்சியையும் காட்டுகின்றன.

இந்திய ராகங்கள் கற்பனா சக்தி வாய்ந்த, உணர்ச்சிகளைச் சிறப்பாக சொல்லக்கூடியவை என்பது மறுக்கமுடியாத உண்மை. சமீபகாலமாக, இசை மருத்துவர்கள் இசையின்

இந்தக் குணங்களால் கவரப்பட்டு, தகுந்த ராகங்களைக் கொண்டு அன்றாட வாழ்க்கை ஓட்டத்தில் ஏற்படும் அழுத்தத் துக்குச் சிகிச்சை தர முயற்சித்து வருகின்றனர். வளர்ந்து வரும் இயந்திர கதியான வாழ்க்கை முறையும், பணம் ஈட்டும் ஒரே குறியோடு நடத்தும் வாழ்க்கை ஓட்டமும், அதுவே வேதவாக்காகிவிட்ட இந்தக் காலகட்டத்தில் இது போன்ற ராக சிகிச்சை மிகவும் அவசியமாகிறது.

சாதாரண அன்றாட வாழ்வில் மனமகிழ்ச்சி அல்லது அதிக உணர்ச்சிக்கு ஆளாகிறவர்கள் அதை விரும்புவதில்லை. உணர்ச்சிகளை அடக்கி ஆள விரும்புகிறார்கள். ஆனால், அதில் வெற்றியும் கிடைப்பதில்லை. அதேநேரத்தில், இசை மருத்துவருக்கு உணர்ச்சிகளை எளிதாகக் கையாளக்கூடிய, அவற்றை விரும்பத்தகுந்த அளவுக்குக் கட்டுப்படுத்த முடிகிறது.

உணர்ச்சிகளை, விஞ்ஞான ஆராய்ச்சியின் விஷயமாக எடுத்துக் கொண்டால், அதன் பல பரிமாணங்களை நாம் கண்டு கொள்ள முடியும். மனிதன் நடந்துகொள்ளும் முறையில் இருந்தும், உடல்கூறு மாற்றம், உணர்ச்சியைத் தானாக வெளிப்படுத்துகிற நிலை, உணர்ச்சிகளை அடக்கிவைக்கும் நிலை என்று பல பரிமாணங்கள் புரிய வருகின்றன. ஒரு ராக அமைப்பில், அதன் எண்ண அலைகள், ராக சிகிச்சை கொடுக்கும் நேரத்தில் நோயாளியிடம் முக்கியமான தெளி வான மாற்றத்தைக் கொடுக்க உதவுகின்றன.

நரம்புகளின் சுழற்சிகளால் ஏற்படும் உணர்ச்சிகள் பற்றிய சமீபத்திய ஆராய்ச்சியில், உணர்ச்சிகள் வகிக்கும் முக்கியப் பங்குகள் அறியப்படுகின்றன. நிர்வாகம், தீர்மானம் எடுத்தல், நீண்ட திட்டம் வகித்தல் ஆகியவை உணர்ச்சியின் முக்கிய வேலைகளே.

பல மாற்றங்கள், அதிசயங்கள் நிகழ்ந்துவரும் உலகில் அவற்றை எதிர்கொள்ள புத்திசாலித்தனத்தோடு இயற்கை யான, செயற்கையான புத்திசாலித்தனத்துடன் காரணகாரியங் களை ஆராய உணர்ச்சிகள் அவசியமானது என்பதை ஸ்லோமன் மற்றும் பலரும் வலியுறுத்துகின்றனர்.

பல சந்தர்ப்பங்களில், உணர்ச்சிக்கும் காரணத்துக்கும் இடையே நடக்கும் சர்ச்சைகளில் தீவிர ஆர்வம், உணர்ச்சி அல்லது மனவெழுச்சி போன்றவை முக்கியப் பங்கு வகிக்

கின்றன. அதிலும், மதக்கோட்பாடுகளும் கொள்கைகளும் காரணமாக இடைமறிக்கும்போது உணர்ச்சியே முக்கியமாக அமைந்துவிடுகிறது. நம்பிக்கைகள் ஜாலங்கள் நிறைந்த ராகம், அவசியமான உணர்ச்சியைக் கேட்பவர்கள் மனத்தில் நிலைநிறுத்தி மனிதனை விரைவில் சமநிலைக்குக் கொண்டு வருகிறது.

வில்லியம் க்ளாசர், மனித உடல்கூறு இயக்கத்துக்கும், கட்டுப்பாடு முறைக்கும் விஞ்ஞானம் மற்றும் தத்துவ ரீதியாக விளக்கம் கொடுக்கிறார். மனித உடல், ஒரே நேரத்தில் நாலு அம்சங்களால் செயல்படுகிறது. செயல், எண்ணம், உணர்ச்சி, உடல்நிலை அல்லது உடல் ஆரோக்கியம்.

செயலையும், எண்ணத்தையும் எடுத்துக்கொள்ளும்போது உணர்வும் உடல்நிலையும் மட்டும் செயல்படுவதில்லை. ஒருவருடைய நாகரிகத்தோடு இசையையும் பழக்கப் படுத்திவிட்டால், அவர் விருப்பப்பட்ட உணர்ச்சிகளைக் (மகிழ்ச்சி) கொடுத்து வாழ்க்கைப் பாதையை மாற்ற அது ஒரு சக்தியாகப் பயன்படுகிறது. உடல் ஆரோக்கியம் மட்டு மல்லாமல், செய்யும் செயல்களிலும், மனத்தின் எண்ணங் களிலும் நல்ல மாற்றத்தையும் அது ஏற்படுத்துகிறது.

உணர்ச்சிப்பூர்வமான இசையின் அனுகூலங்கள்

ஆறறிவு படைத்த மனிதனின் உணர்ச்சி மையங்கள், நரம்பு மண்டலத்தோடு இணைந்தவை. நியூரோ டிரான்ஸ்மீட்டர் ஆன டோஃபாமைன், அட்ரினலின் போன்ற நாளமில்லா சுரப்பிகளின் சுரப்புகள், சீரடோனின் ரசாயனங்கள் அளவுக்கு அதிகமானாலோ குறைவானாலோ மூளையின் செயல் பாட்டில் வேறுபாடு ஏற்படும்.

உடல் செயல்பாட்டில் தடுமாற்றம், அங்க ஸ்திதியில் மாற்றம் போன்றவை ஏற்படுகிறது. உணர்ச்சிக்கும் நரம்பு ரசாயனங்களுக்கும் இடையேயான பிணைப்பு, விஞ்ஞானி களின் ஆர்வத்தைக் கவர்ந்துகொண்டிருக்கிறது. உற்சாகத்தை ஊக்குவிக்கும் உணர்ச்சிப்பூர்வமான ராகங்களுக்கும் நரம்பு ரசாயனங்களுக்கும் உள்ள தொடர்பை விஞ்ஞானிகள் ஆராய்ச்சிசெய்துவருகின்றனர்.

இந்த ஆராய்ச்சியின் பலனாக, உணர்ச்சிகளை இசையின் மூலம் எப்படி அழகாகக் கையாள்வது என்பது தெரிந்துவிடும்.

9

இசைச் சிகிச்சை எப்படி வழங்கப்படுகிறது?

அரக்கத்தனமான இதயத்தை அமைதிப்படுத்துவது இசை; பாறையை இளக்குவது இசை; முடிச்சுகள் நிறைந்த கனமான ஓக் மரத்தை வளைப்பது இசை.

- வில்லியம் கான்க்ரீவ்

இசைச் சிகிச்சையால் வரையறுக்கப்பட்ட கால இடைவெளிக்குள் நோய் சரியாகிவிடும் என்று சொல்வது கஷ்டம். ஒரு மனிதன் கோமாவில் இருக்கும் நிலையிலும்கூட (கோமாவின் காலவரையறை தெரியாது) இசை மருத்துவம் கொடுக்கப்படுகிறது. ஒரு மனிதன் உறங்கும்போதுகூட பரிந்துரைக்கப்பட்ட ராகத்தை வாசிக்கலாம். தொடர்ச்சியாக ராகத்தைப் பாடிக்கொண்டே இருக்கலாம். விட்டுவிட்டுப் பாடுவதும், வாசிப்பதும் அதிக பலனைக் கொடுக்கும்.

நோயாளியைப் பொறுத்து, அவன் சிகிச்சையில் காட்டுகிற பிரதிபலிப்பைப் பொறுத்து சிகிச்சையின் காலக்கெடு அதிகமாகலாம், குறையலாம். தனி மனிதனின் சிகிச்சைக் காலத்தை, தவறாத

ஆராய்ச்சியாலும், பயிற்சியால் ஏற்பட்ட அனுபவத்தாலும், தவறுகள் கற்பித்த பாடத்தாலும் எவ்வளவு காலத்துக்கு என்று தீர்மானம் செய்துகொள்ளலாம்.

நோயின் தீவிரத்தையும், சிகிச்சை பெறும் கால அளவையும் பொறுத்து, இசையின் அளவை (தன்மை, ராகம் ஆகியவை) ஒரு இசை மருத்துவர் மாற்றி அமைக்கலாம்.

இசைச் சிகிச்சைக்குக் கடினமான சட்டதிட்டங்கள் இல்லை என்றாலும், நோயாளியும் மருத்துவரும் சந்தித்துப் பேசுவது, ஒரு நாளில் குறிப்பிட்ட நேரத்தில் இரண்டு மூன்று தடவை இருக்க வேண்டும் என்று விசாகப்பட்டினத்தில் நடந்த ஓர் ஆராய்ச்சி பரிந்துரைக்கிறது.

அடிப்படையில், இது நோயாளியின் அவசியத்தையும் சௌகரியத்தையும் பொறுத்துள்ளது. நோயாளி- மருத்துவர் சந்திப்பு ஒன்றிரண்டு மணி நேரம் நீடித்தாலும், சிறுசிறு இடைவெளி கொடுத்து சந்திப்பது சிறந்த பலனைக் கொடுக்கும். அடிக்கடி சந்திப்பு நடத்தி, அதிக சிகிச்சை கொடுப்பதால், அதிகப்பலன் கிடைக்குமே அல்லாமல், மற்ற மருந்துகள் அதிகமானால் பின்விளைவு தருவதுபோல் இசை மருத்துவத்துக்குப் பின்/பக்க விளைவுகள் இல்லை. இசை மருத்துவத்தைத் தொடரும்போது பட்டினியாக இருக்கக் கூடாது. அது ஒன்றுதான் முக்கியம்.

இரைச்சலும், தொல்லைகளும் இல்லாத அமைதியான சுற்றுச் சூழல் நிறைந்த இடத்தில் நோயாளி சிகிச்சை பெற வேண்டும். அவருக்கு வசதிப்பட்ட மாதிரி அமர்ந்துகொள்ள லாம். பத்மாசனம் அல்லது வஜ்ராசனம் போன்ற யோக நிலையில் அமர்ந்தால் மிகவும் பயன் உள்ளதாக அமையும்.

விசாகப்பட்டினம் ஆராய்ச்சியின் கணக்கெடுப்புப்படி, நோயாளிகளைப் படுத்துக்கொள்ளச் சொல்லி சிகிச்சை கொடுப்பது மிகச் சிறந்தது.

சில எளிமையான வழிகளில் இசைச் சிகிச்சையை மேற் கொள்ளலாம்.

★ கண்களை மூடிக்கொள்வது.

★ மென்மையான நிதானமான இசையைப் பாடுவது அல்லது இசைக் கருவியில் வாசிப்பது.

★ மனத்தை ஒருநிலைப்படுத்தி சுவாசிக்கும் முறை; வயிற்றின் அசைவுகள் சீராக, சுவாசத்தோடு ஒன்றுவதை அறிவது.

★ அர்த்தமுள்ள ஏதாவது ஒரு வார்த்தையை மந்திரம்போல் உச்சரிப்பது. 'சுற்றுப்புறம் அழகாகவும் என்னிடம் இரக்கத்துடனும் இருக்கிறது. கடவுள் என்னைக் கருணையுடன் காப்பாற்றுகிறார்'. 'நான் என்னை நேசிக் கிறேன்' போன்ற உச்சாடணங்கள் மனச்சோர்வை அழிக்கக்கூடியவை. இசையில் மனத்தைச் செலுத்தும் போது இயற்கையில் நிறைந்துள்ள நம்பிக்கை அலைகள், ஆரோக்கியமான உடலுக்கும் வாழ்க்கைக்கும் வழிவகுக்கும்.

ராகதாள விருத்திகளும் இசை மருத்துவமும்

இசை விருத்தி மருத்துவத்தில், மருத்துவரும் நோயாளியும் சந்திக்கும் கூட்டத்தில் (செஷனில்) ஒரு இசைக்கருவியோ அல்லது ஒரு இசைக் குறிப்பைபோ கொடுத்து, பாரம்பரிய இசை வடிவத்தைப் பயன்படுத்தி தங்கள் கற்பனையை அல்லது மனோ தர்மத்தை காட்டும்படி நோயாளிகள் கேட்டுக்கொள்ளப்படுகிறார்கள்.

இசையை விருத்தி செய்யும் முயற்சியில், மென்மேலும் மனத்தை அதில் செலுத்தி அந்த இசையோடு இணைந்து, அதனுடன் ஒரு தோழமையை ஏற்படுத்திக்கொண்டு, மன உணர்ச்சிகளையும், பந்தத்தையும் இந்த இசையோடு, ஒரு நண்பனைப்போல் ஏற்படுத்திக்கொண்டு அவர்கள் மாறு வதை அறியலாம். அவர்கள் பாடுவதை யாரும் நடுவர் வைத்து சீர்தூக்கிப் பார்க்கப்போவதில்லை என்றும், அவர் களுக்குக் கேட்கப் பிடிக்கிற மாதிரி, விருத்தி செய்துகொள்ளும் படி சொல்வதும் அவர்களுக்கு ஊக்கம் கொடுக்கும்.

வழக்கமாக்கப்பட்ட இசை

சாதாரணமாக, நோயாளியின் உடல் நிலையையும், நோயின் தன்மையையும் அறிந்து, அவருடைய சிகிச்சைக்காகப் பாட வைப்பது வழக்கம். மருத்துவர் நோயாளி உறவும், சிகிச்சை யும் (குறிப்பிட்ட ராகம் அல்லது பாட்டு அல்லது இசைக் கருவி) என்னது என்று தெரிந்து, அதனால் நோயாளியிடம்

மாற்றங்கள் தெரிந்தால் இசையிலும் சில மாற்றத்தைச் சேர்க்க வேண்டும். இதனால், ஒவ்வொரு நோயாளிக்கும் ஒவ்வொரு மருத்துவச் சந்திப்பிலும் ஒப்பற்ற இசை விருத்தி கிடைக்கிறது.

ஒலிப்பேழையில் பதிவு செய்யப்பட்ட இசையும், ஒவ்வொரு மருத்துவர்-நோயாளி சந்திப்பில், நோயாளியின் முன்னேற்றத்தை அறிந்துகொள்ள உதவுகிறது. குறிப்பிட்ட பாடல், சில பாடல் பகுதிகள், பாடலின் துக்கடாக்கள், துண்டுகள், பாடலின் நடை - இவை மருத்துவத்தின் ஒரு ஒழுங்கான வேலைக்கிரமமாக அமைகிறது.

கற்பனைக்கு வழி காட்டும் இசை

இசைச் சிகிச்சையில், இன்னிசை வளர வளர, கற்பனை, சம்பவங்கள், சந்தர்ப்பங்கள், கதாபாத்திரங்களைப் பற்றி மருத்துவர் விவரித்து அதை மேலும் விவரிக்கும்படி நோயாளியிடம் சொல்கிறார்.

மேலை நாட்டு சாஸ்த்ரிய இசை நிகழ்ச்சிகள், நோயாளியின் கற்பனையைத் தூண்டுவதாக உள்ளன. குறிப்பாக, சைக்கோவ்ஸ்கியின் இசையைப் போட்டு நோயாளிகளின் கற்பனைத் திறனைத் தூண்டச் செய்யலாம். இவருடைய இசையைக் கேட்பதால் நோயாளியிடம் திருப்தி ஏற்படுகிறது. நோயாளியின் பிரச்னைகள், மனச்சோர்வு, மன அதிர்ச்சி, மனோரீதியான குறைகளை நிவர்த்தி செய்ய உதவுகிறது. கற்பனையைத் தூண்டும் முயற்சியால் இதயத் துடிப்பில் கட்டுப்பாடும், அமைதியும் கிடைக்கிறது.

இசையை இயற்றும் பயிற்சிமுறையும் இசைச் சிகிச்சையும்

மருத்துவரும் நோயாளியும் சேர்ந்து, இசையைப் படைக்கும் முயற்சியில் ஈடுபடுவதால், நோயாளியிடம் மறைந்து கிடக்கும் இசைத் திறமை வெளிக்கொண்டு வரப்படுகிறது. சராசரி இசைக் கருவிகளும், சிறப்பு வாய்ந்த இசைக் கருவிகளும் இணைந்து இசை படைக்கும் முயற்சியில் ஊக்கம் கொடுக்கின்றன.

சமீபகாலமாக, இந்த முறை மேலை நாடுகளில் மிகவும் பிரபலமாகி வருகிறது. மென்மையும் அழகு ரசனையும்

சேர்ந்து படைக்கப்படும் இந்த இசையை, ஆராய்ந்து மதிப் பெடுக்கும் வகையில் விருத்தியாகும்போது நோயாளிகளின் உடல் மற்றும் உணர்ச்சிப் பிரச்னைகள் குறைகின்றன.

சிகிச்சை முறையில் முதன்முதலில் நோயாளியைப் பாட வைக்கும் முயற்சியில், அவனுடைய பாட்டை யாரும் அங்கே சீர்தூக்கிப் பார்க்கப்போவதில்லை. அவன் தனக்குத் தெரிந்த மாதிரி, விரும்பியபடி பாடலாம் என்று அவனுக்குப் புரியவைத்து ஊக்கம் கொடுக்க வேண்டும். எந்த அளவுக்கு முடியுமோ அந்த அளவுக்கு ரம்மியமாக அழகான சப்தம் கொடுத்து பாட முயற்சிக்கச் சொல்ல வேண்டும். அவனுடைய குரல் வளத்தை எப்படி வேண்டுமானாலும் பயன்படுத் தட்டும். மெல்லிய முணுமுணுப்பில் தொடங்கி, பலமாகக் கத்திக் குரல் கொடுக்கும்படி அவனை அறிவுறுத்த வேண்டும்.

மருத்துவ அறை, இசையும் உணர்ச்சியும் நிறைந்ததாக, நோயாளி நிதர்தசனப்படுத்த விரும்பியதை ஏற்றுக்கொள்ளக் கூடிய சூழ்நிலையோடு அமைந்திருக்க வேண்டும். அங்கே நோயாளியின் எந்த நிலைக்கும் நிராகரிப்பு இல்லை. இசை மருத்துவத்தால், நோயாளிக்கு முன்னேற்றம் அல்லது சவால்களை எதிர்கொள்ளும் பிரதிபலிப்பு அதிகரிக்கும் போது, சமூகத்தில் நட்புடன் கலந்துகொள்ளவும், தன்னம் பிக்கையும், மற்றவர்களுடன் நட்புடன் கலந்து பழகும் குணமும் ஏற்படுகின்றன.

இசை மருத்துவ முறையில், இசை மட்டும் இல்லாமல் பேச்சு, பாட்டு, உடல் பயிற்சிகள், நாடகம் போன்றவையும் சிகிச்சையை மேம்படுத்தும். பழக்கம் இல்லாததைவிட பழக்கப்பட்ட இசை மெட்டுகளையோ, பாட்டையோ கேட்கும் நோயாளி எளிதில் வசப்படுகிறான்.

மேலை நாடுகளில். பியானோ இசைக் கருவியின் மூலம் இசை மருத்துவர் தனது சிகிச்சையைத் தொடர்கிறார். பியானோ இசையில் பொதிந்துகிடக்கும் லயம், மெல்லிசை, ஸ்ருதியுடன் இணைந்த ஸ்வரங்கள், ஸ்தாயியின் ஏற்ற இறக்கங்களுடன், பலமாகவும் வாசிக்கும்போது நோயாளி யிடம் நல்ல பலன் தெரிகிறது.

இதுபோன்ற, தானாகப் படைத்த விருத்தி செய்யப்பட்ட இசை வடிவம், ஊனமுற்ற குழந்தைகள், விபத்துக்கு ஆளான

வர்கள், மன அதிர்ச்சி ஏற்பட்டவர்கள், சித்தப்பிரமை அல்லது மனோ தத்துவ சிகிச்சைக்கு உட்பட்டவர்கள், வயோதிகத்தால் அடுத்தவரைச் சார்ந்துள்ளவர்கள் மற்றும் தன் மன அழுத்தப் பிரச்னைகளைத் தானே உணர்ந்தவர் களுக்குப் பயன் உள்ளதாக இருக்கிறது. இவர்களின் பிரச்னை களில் இருந்து விடுபட, இசை இயற்றும் பழக்கத்தை ஏற்படுத்தி சிகிச்சை கொடுப்பது சிறந்தது.

நார்டாஃப் ரோபின்ஸ் சிஸ்டம் (Nordoff Robbins System) என்று அழைக்கப்படும் இந்த முறை, அமெரிக்கா, இங்கிலாந்து, ஜெர்மனி, ஆஸ்திரேலியா, ஸ்காட்லாந்து, ஜப்பான் போன்ற நாடுகளில் மிகவும் பிரபலமாகி வருகிறது.

ஒலிஅலைகள், ஸ்பரிச அலைகள் கூடிய கருவிகள்

மென்மையான ஒலி அலைகளைக் கொண்ட பல நூதனக் கருவிகள் மேலை நாடுகளில் உருவாக்கப்பட்டுள்ளன. அசைந்தாடும் ஓய்வுக் காலடிப் பலகைகள், மேடைகள், ஊஞ்சலாடும் நாற்காலிகள், தாலாட்டும் படுக்கைகள் போன்றவை இவற்றில் சில. இந்த அசையும் பொருள்கள் மூலம் ஒரு விநாடிக்கு 25-80 சுழற்சி ஒலிஅலைகளை உடல் உணரமுடியும்.

மிகவும் தாழ்ந்த மத்திய நிலை இசை ஒலிகளையும், வேறு சத்தங்களையும் கேட்க முடியாத செவிக் குறைபாடு உள்ள வர்கள், ஒலிஅலைக் கருவிகளின் மூலம் உடலில் ஏற்படும் அதிர்வுகளில் இருந்து ஒலியை உணர்ந்துகொள்ள முடியும். கேட்கும் திறன் இல்லாத செவிப்புலன் பழுதானவர்கள், இது போன்ற உபகரணங்களால் இசையைக் கேட்டு, இசை இயற்றவும் அனுபவிக்கவும் முடியும்.

ஒலி அலைகளை உடல் உணர்வால் அனுபவித்துச் சொல்வது, சிறப்பான இசை மருத்துவத்துக்கு உதவியானது. பல நோய்கள், உதாரணமாக மூளை வளர்ச்சி முழுமை அடையாத குழந்தைகள், அல்ஸீமர்ஸ் (முதியோர்களைப் பாதிக்கும் நோய்), ஆஸ்பர்ஜர் சின்ட்ரோம் அறிகுறிகள், குழந்தைகளையும், பெரியவர்களையும் தாக்கும் நரம்பு வியாதி, மூளைப் பாதிப்பு, உணர்ச்சித் தடுமாற்றம், ஹண்டிங்டன் அறிகுறிகள் (கற்பிக்க முடியாத மந்த மூளை)

பார்க்கின்ஸன் வியாதி, ஐம்புலன்கள் பழுதடைந்த நிலை, வாழ்வின் அந்திமத்தை நெருங்கிவிட்ட நோயாளிகளுக்கு, இந்த ஒலிஅலைகள் உள்ள நூதனக் கருவிகள் மிகவும் உபயோகமானவை.

நிதானமான ஒலி அலைகள் உடலுக்குள் பழுதுபட்ட புலனுக்குப் பலனைக் கொடுக்கும். சரியாகப் பேச முடியாதவர்களைத் திருத்தமாகப் பேசவைக்க, வாழ்க்கைப் பரிணாமத்தைச் சீர்படுத்தவும், உடல் சம்பந்தப்பட்ட (வெளியுறுப்புகள்) குறைகளை நிவர்த்திசெய்யவும் கருவியாக அமைகின்றன. விநாடிக்கு 25-45 சுழற்சிஅலைகள் கொண்ட கருவியால், பாதம், கணுக்கால், ஆடு தசை, முழங்கால், மேல் உறுப்புகள் மற்றும் ஜனன உறுப்புகளும் சீர்படுத்தப்படுகின்றன.

விநாடிக்கு 45/60 சுழற்சி அலைகள் கொண்ட கருவி, இடுப்புப் பகுதி மற்றும் ஜனன உறுப்புகளுக்கும், 6-80 சுழற்சி அலைகள் கொண்ட கருவி மார்புக்கூடு, தோள், கழுத்து, தலைக்கும் பயன்தரக்கூடியவை.

ஹார்ப் என்ற இசைக் கருவியால் ஏற்படும் ஒலி அலைச் சிகிச்சை - Vibroacoustic Harp Therapy (VAHT), ஒலிஅலை சாஸ்திர வல்லுனர்களின் ஹார்ப் யாழிசையில் சிகிச்சை, ஸ்பரிச அலைகள் அடங்கிய ஆடும் நாற்காலி, அட்டை திண்டு, மேசை அல்லது குஷன்கள் ஆகியவை இசைச் சிகிச்சையில் உதவிகரமாக இருக்கின்றன. ஹார்ப், யாழிசையை வாசிக்கும்போது பல மடங்கு பெருக்கி (ஒலி பெருக்கியாக) இசையை வெளிப்படுத்துகிறது. ஹார்ப் யாழிசையின் மென்மையான நாதம் நோயாளிகளுக்கு மிகுந்த சுகானுபவத்தைக் கொடுக்கிறது.

வாயால் பாடுவதன் மூலமும், இசைக் கருவிகளை வாசிப்பதன் மூலமும், இசையோடு தொடர்புகொண்ட செயல்களால் தன்னம்பிக்கையும், வாழ்க்கையின் நுட்பங்களையும் எதிர்கொள்ளவும், வாழ்வில் முன்னேற்றம் அடையவும் முடிகிறது என்பது யாவருக்கும் தெரிந்ததே. வாழ்வின் இறுதி நிலையை அடைந்துவிட்ட நோயாளிக்கு, இசை மன அமைதியைக் கொடுக்கிறது.

அமைதியான சுற்றுச்சூழலும் சேரும்போது வலி நிவாரணத்துக்கு இசை பெரும் உதவியாக இருக்கிறது. அன்புடன்

தடவிக்கொடுக்கும் சிகிச்சையுடன் கற்பனையும், இசையும் அமைதியான பாதையை அமைக்கின்றன. சீராக அமைந்த மென்மையான இசை, சித்த சுவாதீனம் இல்லாதவர்களைச் சாந்தப்படுத்துகிறது. தன்னை வெளிப்படுத்திக்காட்ட வரையறையற்ற இசை வாசிப்புகளும், வாய்ப்பாட்டும், இசை சிருஷ்டிகளும் சந்தர்ப்பம் கொடுக்கின்றன.

இசைப் பயிற்சியால் ஒருவனின் மன எண்ணங்களை, வேலைக்கிரமங்களைச் சீராக அமைக்க, மனத்தின் மந்தங்களை, கட்டுப்பாடுகளைக் களைந்தெறிய முடிகிறது. இசையை இயற்ற கற்பனைச் சக்தியைப் பிரயோகப்படுத்தும் போது, ஒருவனுடைய மனதும் எண்ணங்களும் பிரபஞ்சத்துடன் எல்லா நிலைகளிலும், உடலால், உள்ளத்தால் அறிவால் ஒன்றிவிட்ட முழுமையும் அர்த்தமும் கிடைக்கிறது.

வாழ்வின் குறைகளையும், ஏமாற்றங்களையும் துடைத்தெறிய இசை உதவுகிறது. இசை, ஒரே ஒரு நோய்க்கு மாத்திரம் சிகிச்சையாக அமைவதில்லை. தாற்காலிகமான சிறு நோய் முதல் மரணத்தின் வாசலில் நிற்கும் நோயாளி வரை, இசை சிகிச்சை அளிப்பதோடு, பக்க விளைவுகளையும் ஏற்படுத்துவதில்லை.

நீண்ட நாளைய இசை மருத்துவப் பராமரிப்பில், நோயாளியின் பல திறமைகளை இசையால் வெளிக் கொணர முடியும். தன் சக்தியை அறிகிற ஆராய்ச்சி வரும்போது, பலகாலமாகப் புதைந்துகிடக்கும் திறமைகளையு, மேலும் சமீபத்திய நினைவுகளையும் ஞாபகத்தில் கொண்டுவர முடியும்.

உடல் வலிமையை மேலும் உரப்படுத்த, உடற்பயிற்சிக் கூடங்களில், சுவாசப் பயிற்சி சாலைகளில் (ஏரோபிக்), உடல் அசைவுகளுடன் இசை அலைகளும் சேருவது நல்ல பயனைக் கொடுக்கிறது.

இசையை தனியாகவோ அல்லது மேலும் ஒரு சாதனத்துடன் சேர்ந்து, அதாவது கலை, ஓவியம், நறுமணம் சூழ்ந்த இடம், நடனம் போன்றவற்றுடன் கொடுத்தால், புலன்கள் மந்தமாக உள்ளவர்கள், விபத்தில் புலன்களின் சக்தியை இழந்தவர்கள், கோமா நிலையில் உள்ளவர்கள், உடல்கூறு சீர்கெட்டுப் போனவர்களுக்கு முடிவில்லாத ஒரு நல்ல அனுபவத்தைக்

கொடுக்க முடியும். மற்ற மருத்துவ முறைகளில் இருந்து, மாறுபட்ட மருத்துவமாக இசைச் சிகிச்சை அமைகிறது என்பதைப் பரவலாக எல்லோரும் உணர ஆரம்பித்திருக் கிறார்கள்.

தாழ்ந்த ஸ்தாயியில் நிதானமான ஸ்வரங்களுடன் இடையே மெதுவான தாளத்துடன் பாடப்படும் பஜனைகளும், கீர்த்தனைகளும் அற்புதங்களை நிகழ்த்தக்கூடும். வேலியம் போன்ற ஆங்கில தீவிர நிவாரணி மருந்துகளுக்குப் பதிலாக, இசையே மென்மையான உறக்கத்தைக் கொடுக்கக்கூடிய சக்தி உடையது.

மூளை அலைகளின் அசைவுகளை மாற்றி அமைக்கும் வல்லமை வாய்ந்தது இசை. பீட்டா அலைவரிசைகளில் இருந்து ஆல்ஃபா அலைவரிசை நிலைக்கு மூளை அலை களை மாற்றுவதன் மூலம் ஜீவாதாரத்துக்கு வேண்டிய சுரப்பி களை (ஹார்மோன்களை) மாற்றி அமைக்க முடியும்.

ஆக, இசையால் முடியாதது எதுவும் உண்டோ...?

10

இந்தியாவில் இசைச் சிகிச்சை

'தேர்ந்தெடுக்கப்பட்ட இசை, உடலுக்கும் உணர்வுகளுக்கும் ஆரோக்கியம் கொடுப்பது போல், இன்னும் சில இசை வடிவங்கள் மனத்துக்கு ஆரோக்கியத்தைக் கொடுக்கின்றன'

- *ஹால் ஏ லிங்கர்மேன்*

இந்தியாவில் இசை மருத்துவம் இன்னும் முளை விட்ட நிலையிலேயே வளர்ச்சி அடையாமல் நிற்கிறது. முறையாக அறிந்துகொள்ளவும், செயல் படுத்தவும் ஏராளமான இசைச் செல்வம் இங்கு நிறைந்துகிடக்கிறது. மனிதச் சமுதாயம் முழு வதற்கும் மருத்துவம் கொடுக்கக்கூடிய அளவு தங்கச் சுரங்கமாக இசை நிறைந்த நாட்டில் அதைத் தெரிந்துகொள்ளாமல் நாம் வாழ்கிறோம்.

சமீபகாலமாக, இந்த விஷயத்தில் சிலர் அக்கறை எடுத்துக்கொள்ளத் தலைப்பட்டிருக்கிறார்கள். மனோ வியாதிக்கு சிகிச்சை அளிக்கும் மருத்துவர் பி. மஞ்சுளா, (பெங்களூரு - நிம்ஹான்ஸ் மருத்துவ மனை), உடல்கூறு மருத்துவர் ஸ்ரீ ராமபாரதி (சென்னை) ஆகியோர் குறிப்பிடத்தக்கவர்கள்.

மைசூரைச் சேர்ந்த ஆன்மிகக் குரு ஸ்ரீகணபதி சச்சிதானந்த சுவாமிகள் இசைச் சிகிச்சையை தன் வழிப்படி செய்து வருகிறார். 72,000 நரம்புகளையும், 14 முக்கிய நாடிகளையும் இசை மருத்துவத்தால் கட்டுப்படுத்த முடியும் என்கிறார்.

ஆஸ்துமாவுக்கு இசைச் சிகிச்சை

ஆஸ்துமாவால் ஏற்படும் சுவாசத் தொல்லையால் அவதிப் படுபவர்களுக்கும் இசை மருத்துவம் இருக்கிறது. ஆயுர்வேத வைத்தியரும் இசைக் கலைஞருமான பாண்டுரங்க சாஸ்திரி தேஷ்பாண்டே, மிருதங்க வாசிப்பாலும் பஹாடி ராகத் தாலும் ஆஸ்துமா தொந்தரவுக்கு விடுதலை கொடுக்கிறார். பைரவி போன்ற பல ராகங்களிலும் அவர் ஆராய்ச்சி செய்து வருகிறார். ஒன்பது இசை மேதைகள் பாடிய பைரவி (ஹிந்துஸ்தானி) ராக இசைத்தட்டுகளை 9 தொட்டிகளில் உள்ள தொட்டாச்சிணுங்கிச் செடிகள் முன்பு வைத்து ஒரு மாதத்துக்கு தினமும் பாடவைத்தார். அப்துல் கசம் கான் இசைத்தட்டைக் கேட்டுக்கொண்டிருந்த செடி மற்ற செடிகளைவிட 430 சதவீதம் அதிகமாக வளர்ந்ததாகச் சொல்கிறார்.

மனக்கவலையும் மனோவியாதியும் தீர இசை

பெங்களூருவைச் சேர்ந்த மனவியல் மருத்துவர் மஞ்சுளா, தினமும் ஒரு மணி நேரம் சிதார் இசையைக் கேட்க வைத்தும், இரவில் பஜன்கள் கேட்கவைத்தும் அவற்றுடன் மன அழுத்தத்தைக் குறைக்கும் மருந்துகளைக் கொடுத்தும் மனோவியாதியைத் தெளிவுபடுத்த சிகிச்சை அளிக்கிறார்.

போதைப் பழக்கத்துக்கு அடிமையானவர்களை அதில் இருந்து விடுவிக்கவும் இதே முறையைப் பயன்படுத்து கிறார்கள்.

ஸ்ரீராம பாரதி இசையும் மூலிகைகளும்

சென்னையைச் சேர்ந்த ஸ்ரீராம பாரதி, உடற்கூறு பௌதிக சாஸ்திரத் துறையில் இருந்து மருத்துவத் துறைக்கு வந்தவர். ஒலியும், மூலிகைச் சிகிச்சையும் என்ற முறையைத் தொடர்ந்து, நோயாளியை ஒரு படத்தைப் பார்க்கச் சொல்லி கூடவே மூலிகையால் ஆன ஒரு பசையைச் சாப்பிடச் சொல்வதுடன், கூடவே இசையைக் கேட்கிற பழக்கத்தையும் ஏற்படுத்தினார்.

புலன்கள் மூன்றும் ஒரே நேரத்தில் வேலை செய்யும்படியான ஒரு பயிற்சி இது. மற்ற மருந்துகளோடு சேர்ந்துதான் இசை மருந்தாக அமையுமே தவிர, தனியாக இசையை மட்டும் கேட்பதன் மூலம் நிவாரணம் கிடைக்காது என்கிறார் அவர். கோவில் திருவிழாக் காலங்களில் பாடப்படும் ஆரையார் சேவை என்ற இசையைக் கேட்க வைத்து பழமையான இசை மருத்துவத்தைப் பின்பற்றுகிறார்.

காவல் படை, பாதுகாப்பு ஒழுங்குப் படையில் உள்ளவர்களின் அழுத்தம் விடுபடவும் இசை நிகழ்ச்சி பயன்படுவதாகச் சொல்கிறார்கள்.

மகாராஷ்டிரா போலீஸார், இசையைக் கேட்பதன் மூலம் உடல் சோர்வும், அழுத்தமும் நீங்குகிறது என்று நடைமுறையில் அனுபவித்துச் சொல்கிறார்கள்.

இசையிலும் ஆயுர்வேதத்திலும் சமீபத்திய ஆராய்ச்சி

உடல் நோய்களுக்குக் காரணம், தோஷங்களின் உக்கிரம் தான் என்று ஆயுர்வேத மருத்துவம் சொல்கிறது. கபம், பித்தம், வாதம் முதலான தோஷங்கள் தங்கள் காரியக்ரமங்களான, சீரான நிலை, மாற்றம் அடையும் நிலை அல்லது சக்தி வாய்ந்த நிலை ஆகியவற்றைக் கொண்டிருக்கின்றன. ஒருநாளில் இந்த தோஷங்கள் எந்த நேரத்தில் தன் நிலையில் இருந்து தடுமாறுகிறது என்பதைத் தெரிந்துகொள்வது அவசியம்.

மயக்க மருந்தியல் (அனஸ்தடிஸ்ட்) மருத்துவரான ஹிமாலய பனிட் வைத்யா, ஆயுர்வேத மருத்துவர் சஞ்சய் சாசேட், பண்டிட் ஷஷான்ட் கட்டி ஆகியோர் ஒரு காலக் குறிப்பு வரைந்து எந்த தோஷம் எந்த நேரத்தில் தீவிரம் அடைகிறது என்பதைக் கண்டுபிடித்து, அதற்கேற்ற இசைச் சிகிச்சை கொடுப்பது பற்றி குறிப்பிடுகிறார்கள்.

இந்தக் கால அட்டவணைப்படி, கப தோஷத்துக்கு காலை வேளையில் ஏற்ற ராகமும், பித்தத்துக்குப் பகல் வேளை ராகங்களும், வாதத்துக்கு பிற்பகல் மற்றும் இரவு ராகங்களையும் கேட்க வைக்கலாம். தவறாமல், 20-25 நாள்களுக்கு இரண்டு மூன்று முறை ராக சிகிச்சை கொடுத்தால், நல்ல முன்னேற்றமும் நிவாரணமும் தெரியும் என்கிறார்கள்.

வாதங்கள், மனச் சோர்வு, உறக்கமின்மை, மூட்டு வலி, தொடை வலி போன்ற கோளாறுகளுக்கு இசை மருத்துவம் விரைவில் நல்ல நிவாரணம் கொடுத்தாலும், ஆஸ்துமா, நீரிழிவு, ரத்த அழுத்தம் போன்ற நோய்களுக்கு மெதுவாகவே குணம் கிடைக்கிறது.

பண்டிட் ஷஷான்ட் கட்டி, குறித்த காலத்துக்கு முன்பாகப் பிறக்கும் குழந்தைகள், ராக சிகிச்சையால் விரைவில் உடல் தேறி எடை அதிகரித்து வளர்கின்றன என்கிறார். ராக சிகிச்சையால், மருத்துவமனையில் சுகப் பிரசவம் எளிதில் நடக்கிறது என்றும் கூறுகிறார். அவருடைய குழு, வலி நிவாரணியாக ஒலிப் பேழைகளில், ஒலிநாடாவைப் போட்டு நோயாளிகளைக் கேட்க வைத்து சிகிச்சை அளிக்கிறது.

வாதம், மூட்டு வலி, முதுகு வலி, தசை வலி, முதுகு நரம்பு வலி ஆகியவற்றுக்கு இந்த ஒலிநாடா இசை நிவாரணம் தருவதோடு, மேலும் பல நோய்களுக்கும் நிவாரணம் அளிக் கிறது. பித்தம், ஆஸ்துமா, பிரசவம், ரத்த அழுத்தம், தூக்க மின்மை, கல்லீரல் நோய், தலைவலி போன்றவற்றுக்கும் நிவாரணியாக இசை இருக்கிறது என்கிறார் இவர்.

களைப்பு அல்லது வேலைப்பளுவால் ஏற்படும் பிரச்னை களுக்கு இசை மருத்துவம்

மருத்துவமனைக்கு வந்து சிகிச்சை பெற்றுச்செல்லும் (அவுட் பேஷண்ட்ஸ்) அறுபது பேரை வைத்து டாக்டர் நேஹா மேத்தா ஓர் ஆய்வு நடத்தினார். 20 பேர் உயர் ரத்த அழுத்த நோயாளிகள், 20 பேர் நுரையீரல்-ஆஸ்துமா நோயாளிகள், 20 பேர் பலவாறான மனக்குழப்பமும், மனச் சோர்வும் கொண்ட சித்தம் கலங்கக்கூடிய அறிகுறிகள் கொண்டவர்கள்.

நோயாளிகளை மூன்று பகுதிகளாகப் பிரித்து ஆய்வு செய்வதற்காக முப்பது பேரை எடுத்துக்கொண்டார்.

ஏ பிரிவில், 10 ரத்த அழுத்த நோயாளிகள்;

பி பிரிவில், 10 ஆஸ்துமா நோயாளிகள்;

சி பிரிவில், 10 கவலை, மனச்சோர்வு கொண்டவர்கள்

தினமும் இரண்டு வேளையும் இவர்கள் இசை கேட்க வைக்கப் பட்டனர். பன்னிரண்டு வாரங்களுக்கு, இவர்களுக்குப் பாதுகாப்பான சுற்றுச்சூழலும், மூடிய அறையில் நல்ல ஓய்வான நிலையில் சிகிச்சையும் தொடர்ந்தது. ஒவ்வொரு வார இறுதியிலும் அவர்களுடைய தேக நிலையைப் பரிசோதித்துப் பார்த்து அவர்களிடமும் தங்கள் உடல் நிலைக் குறிப்பு அட்டவணை வைத்துக்கொள்ளச் சொல்லி யாயிற்று.

ஏ பிரிவுக்கு, ஆஹிர் பைரவ் ராகம்

பி பிரிவுக்கு, தர்பாரி கானடா

சி பிரிவுக்கு, பாகேஸ்வரி

ஆய்வின் முடிவில், அவர்களின் உடல்நிலை முன்னேற்றத்தை அறிய ஒரு கேள்வித்தாளும் வழங்கப்பட்டது. எல்லா குறிப்புகளையும் சேகரித்து, விஞ்ஞான ரீதியாகவும், கணக் கெடுப்பு மதிப்பு ரீதியாகவும் பார்த்தபோது, ஆஹிர் பைரவ் கேட்ட பத்து உயர் ரத்த அழுத்த நோயாளிகளின் அழுத்தம் குறைந்து, காலை வேளையில் வரும் தலைவலி மறைந்து வாழ்க்கைத்தரம் உயர்ந்து இருந்ததைக் காணமுடிந்தது.

தர்பாரி கானடா கேட்ட ஆஸ்துமா நோயாளிகளின் இன்ஹேலர் உபயோகம் குறைந்திருந்தது.

மனோவியாதி நோயாளிகள், பாகேஸ்வரி ராகத்தினால் நல்ல முன்னேற்றம் அடைந்திருந்தார்கள். அவர்களின் அழுகை, தூக்கமின்மை எல்லாம் குறைந்திருந்தது.

இன்றைய நாகரிகத்தில், போட்டியும் பொறாமையும் சச்சரவும், அழுத்தமும், களைப்பும் மனிதனைச் சீரழிக்கும் நிலையில் இருக்கின்றன. எல்லா நோய்க்கும் மூல காரணம் உடல் அழுத்தம், ஓய்வு இல்லாத வேலைக் களைப்பும்தான் என்று ஆய்வுகள் சொல்கின்றன. நோயாளிகள் தகுந்த சிகிச்சையை முழுமையாகப் பெற்று ஆரோக்கிய வாழ்வை நடத்த வேண்டும் என்பதே குறிக்கோள். விஞ்ஞான மருத்துவ மாத்திரைகளோடு அந்தந்த நோய்க்கு ஏற்ற சிகிச்சையாகச் சொல்லப்பட்ட ஒலித்தட்டுகளையும் உடன்கொடுக்கும் என்பதை நாம் எதிர்பார்க்கலாம்.

சில ராகங்களும் அவற்றின் பலன்களும்

சில ராகங்களின் மூலக்கூறுகளை, அதன் மருத்துவ ரகசியத்தை அறிய ஆய்வு செய்யப்பட்டன. கீழே கொடுக்கப் பட்டுள்ள குறிப்புகளை நீங்களும் முயற்சிசெய்து இந்தக் கருத்துகள் எந்த அளவுக்கு உபயோகமாயிற்று என்பதைத் தெரிந்துகொள்ளலாம்.

சுபபந்துவராளி

உயர் ரத்த அழுத்தத்தைக் குறைக்க சுபபந்துவராளி ஒரு சிறந்த ராகம். உணர்ச்சிப் ப்ரவாஹமான ஸ்வரத்தில் மறைந்து கிடக்கும் மென்மை, மனத்திலும் மனநிலையிலும் நிச்சய மான மாற்றத்தைக் கொடுத்து, அழுத்தத்தைக் குறைத்து விடுகிறது. ப்ரதிமத்யமும் மற்ற ஸ்வரங்கள் சுத்தமாகவும் வரும் சுபபந்துவராளி, மென்மையான உணர்ச்சிகள் நிரம்பிய ராகம். இதற்கு ஈடான மென்மையான ராகங்கள் என்று ஆஹிர் பைரவ், பிந்து மாலினி (சக்ரவாஹம் ஜன்யம், கர்நாடக இசை ராகம்), துர்கா (சுத்தசாவேரிக்கு இணையான ஹிந்துஸ்தானி ராகம்), கலாவதி (கர்நாடக இசை ராகம்) பூரிய (பந்துவராளி) ஆகியவற்றைச் சொல்லலாம்.

மால்கோன்ஸ்(ஹிந்தோளம்)

அந்தி நேரத்தில் ரம்மியமாகப் பாடவேண்டிய ராகம். குறைந்த ரத்த அழுத்தம் உள்ளவர்களின் ரத்த அழுத்தத்தைச் சமநிலைக்குக் கொண்டுவர பரிந்துரைக்கப்படுகிறது. இந்த ராகத்தின் காந்தார, தைவத், நிஷாத ஸ்வரங்களின் கமகங்கள் உள்ளத்தில் உற்சாகத்தை மூட்டுகின்றன. நடபைரவியில் ஜன்யமான இந்த ராகம் ஒரு பெண் ராகம் என்று வர்ணிக்கப் படுகிறது. நி,த,த,ம,ம,க என்ற ஸ்வர பிரயோகத்தின் போது, ஸ்வரங்கள் நளினமாக நடனமாடுவதுபோன்ற அழகில் கேட்பவர் மனத்தில் தன்னம்பிக்கையும் உவகையும் ஊற்றெடுக்கும்.

பாகேஸ்வரி

ஹிந்துஸ்தானி ராகமான இதை முத்துசுவாமி தீக்ஷிதர் கர்நாடக சங்கீதத்திலும் பரிச்சயப்படுத்தி உள்ளார். தூக்கம் இழப்பவர்களுக்கு (இன்சோம்னியா) பின்னிரவு நேரத்தில்

பாடுவதற்கு ஏற்ற காதல் ரசம்மிக்க பாகேஸ்வரி ராகம், மன அமைதியையும், உறக்கத்தையும் தருகிறது. பஞ்சமம் இல்லாத ஆரோஹனத்தில் ஸ,க,ம,த,நி,த,ம,ப,த,க,ரி,ஸா என்ற ப்ரயோகத்தில், அவரோஹணத்தில் பஞ்சமம் தலைகாட்டி, மற்ற ஸ்வரங்களைத் தாலாட்டுவதைப்போல், கோமள ஸ்வரங்கள் கேட்பவரை இசை மழையில் நனைத்துவிடுகின்றன.

பிலஹரி

சங்கராபரண ஜன்யமான பிலஹரி ஒரு கம்பீரமான ராகம். காலைநேர ராகமானாலும் பௌளி, பூபாளம் போன்ற சுப்ரபாத ராகம் இல்லை. உள்ளத்தில் புத்துணர்ச்சியை எழுப்பும் உற்சாக ராகம். இசை மருத்துவர்கள் இதைப்பாடவைத்து, பாட முடியாதவர்களைக் கேட்கவைத்து மனச் சோர்வுடையவர்களுக்கு சிகிச்சை அளிக்கின்றனர். பிலஹரி ராக ஆலாபனம் அல்லது தியாகராஜர் கீர்த்தனம் அல்லது ஸ்வரஜதி, உடலிலும் மனத்திலும் உற்சாகத்தைக் கூட்டும். பூபாளம், கேதாரம், மலயமாருதம் போன்ற காலை ராகங்களும் மனச்சோர்வை நீக்கி உடலில் புத்துணர்ச்சி கொடுக்கும்.

தர்பாரி

ஆடம்பரமான, பின்னிரவு பாட வேண்டிய சம்பூர்ண ராகம். பகல் முழுதும் ஏற்பட்ட அழுத்தமும் கவலைகளும் நீங்க, நரம்புகளுக்குச் சாந்தமும் அமைதியும் கொடுக்கக்கூடிய சிறந்த ராகம். ஏழு ஸ்வரங்களின் நளினமான நடையும், ஸ்வரஸ்தானங்களும், நரம்புகள் மென்மையும், நிதானமும் அடைய முக்கியக் காரணமாக அமைகின்றன.

மிகப் பழமையான இந்த ராகம், சக்கரவர்த்தி அக்பர் காலத்தில் இருந்து பாடப்பட்டு வந்துள்ளதற்கு ஆதாரங்கள் உள்ளன. அரண்மனையின் இசைக் கலைஞராக இருந்த தான்சேன், அக்பரின் அரசாட்சி சிக்கலில் ஏற்படும் அழுத்தத்தைத் தீர்க்க இந்த ராகத்தைப் பாடியும், இசைக் கருவியில் வாசித்தும் அமைதி கொடுத்தாகத் தெரிகிறது. அயற்சியைப் போக்கி சுறுசுறுப்பைக் கொடுக்க தர்பாரிக்கு ஈடான மேலும் சில ராகங்கள் உள்ளன. அவை: துர்கா,

கலாவதி, மோஹனம், ஹம்சத்வனி, சங்கராபரணம், திலக்காம்போக் (காம்போதி).

சிவரஞ்சனி

சிவரஞ்சனி மிகவும் ரஞ்சகமான அழகான ராகம். இசை ஞானம் அற்ற எளிய மனிதனையும் கவர்ந்து நிறுத்தும் இனிமையான ராகம். இதனாலேயே இது சினிமாப் பாடல் களில் அதிகமாகப் பயன்படுத்தப்படுகிறது. 'ஏக் துஜே கே லியே' என்ற ஹிந்திப் படத்தின் 'தேரே மேரே பீஜ் மே, கைஸா ஹை ஏ பந்தன்' என்ற பாடல் மிகப்பிரபலமானதோடு, தொடர்ந்து ஒவ்வொரு படத்திலும் ஒரு பாடலாவது சிவரஞ்சனியில் அமைய வேண்டும் என்று தயாரிப்பாளர்கள் கட்டளை இட ஆரம்பித்துவிட்டனர். சிவரஞ்சனியைக் கேட்பதன் மூலம் ஆழ்மனது எண்ணங்கள் விரிந்து உடலில் ஒரு பரவசம் நிறைகிறது. அறிவும் உணர்வும் சுறுசுறுப்பாகி விடுவதை உணரலாம்.

மத்யமாவதி

கரஹரப்ரியாவில் ஜன்யமாகும் மத்யமாவதி, மங்களகரமான ஒரு ராகம். ஒரு நிகழ்ச்சி வெற்றியாக முடிவடைகிறது என்று கொண்டாடவே மத்யமாவதியைப் பாடி முடிக்கிறோம். ஒரு நிகழ்ச்சி முடியப்போகிறது என்று கோடிகாட்ட மாத்திரம் இல்லாமல், நிகழ்ச்சியில் பலதரப்பட்ட ராகங்களை, நவரசங்களை கேட்டபிறகு கட்டவிழ்ந்த மனநிலையை, தன் நிலைக்குத் திருப்பிக் கொண்டுவந்து அமைதிப்படுத்த மத்யமாவதி பாடப்படுகிறது. ரிஷப-நிஷாத கமகங்கள் மனத்தைச் சமனப்படுத்தக்கூடிய சிறப்பு ஸ்வரங்கள்.

11

இசை, ஒரு சிகிச்சை முறையாகுமா..?

ஒவ்வொரு இந்தியக் குடும்பத்தில் ஒருவன் சாஸ்த்ரீய சங்கீதம் கற்றிருந்தால் கூட நாட்டில் பாகப்பிரிவு ஏற்பட்டிருக்காது.

- படேகுலாம் அலிகான்

இசை மருத்துவம் தொடர்பாக பாராட்டத்தக்க முயற்சிகள் இங்கு மேற்கொள்ளப்பட்டாலும் இந்தியாவின் இசைப் பாரம்பரியத்தையும், இசைச் சிகிச்சையில் அதன் தொன்மையையும் கணக்கில் கொண்டு பார்த்தால் அவையெல்லாம் போதுமான தாக இல்லை.

இன்னும் பரவலான முனைப்புகளும் முயற்சிகளும் இங்கு மேற்கொள்ளப்பட வேண்டும். இப்போது உள்ளதைவிடவும் தீவிரமான ஆராய்ச்சிகள் முடுக்கி விடப்பட வேண்டும். இதற்கெல்லாம் அரசும் தனது முழு ஆதரவை அளிக்க வேண்டும்.

இசையின் மருத்துவப் பயன்பாட்டை மக்களும் புரிந்துகொள்ளும் வகையில் சுமுகமான சூழல்கள் உருவாக்கப்பட வேண்டும். ஆனால், ஏற்கெனவே

உள்ள சூழல்களும் இங்கு இன்றைக்குப் பறிபோயிருக்கின்றன.

அந்தக் காலத்தில் இருந்து இசைக்கு ஒரு மேடையாக கோயில்கள் இருந்து வருகின்றன. பலவகைப்பட்ட இசை நிகழ்ச்சிகள், நடனம், கலை நிகழ்ச்சிகள் (யக்ஷகானம், கதகளி, சதிர்கச்சேரி, கதாகாலட்சேபம், கூத்து) கோயில்களில் மேடை ஏறின.

இவை பல திருவிழாக் காலங்களில் பண்டிகைகளைக் கொண்டாடும் வகையில் நடைபெற்றன. கிராமங்களில் அறுவடை முடிந்து, பொங்கல் பண்டிகை நாள்களில், கோயில்களில் பெரிய விழாக்கள் நடத்தப்பட்டன. கிராம மக்களின் உற்சாகத்தைக் கொண்டாடியதோடு, இந்த நிகழ்ச்சிகளின் மூலமாக மக்களின் களைப்பும், வேலை அழுத்தமும் நீங்கி உடலிலும், உள்ளத்திலும் புத்துணர்ச்சி வளரக் காரணமாக இருந்தன.

பண்டிகை நாள்களில் கோயில்களில் நடந்த இசை நிகழ்ச்சிகளில் நாதஸ்வரம், தவில், ஜால்ராவுடன் நடந்த கச்சேரிகள் கேட்க மிகவும் உற்சாகமானவையாக இருந்தன. நேரில் இசை நிகழ்ச்சியைக் கேட்கும் அனுபவம் நிகரற்றது.

மன அமைதிக்குக் கோயில் நிகழ்ச்சிகள் அமைந்ததுபோல், நவீன கால வாழ்க்கைக்கு ஏற்ற இசை விழா உருவாக வேண்டியது மிக அவசியம். அலுவலகங்களில், தொழிற்சாலைகளில் மெல்லிசையை ஒலிபரப்பினால் ஒருவர்க்கு ஒருவர் நல்லிணக்கமும், ஒத்துழைப்பும். அமைதியான சூழ்நிலையும் உருவாகக் காரணமாக இருக்கும்.

இந்திய ராகத்திலும் சாஸ்த்ரிய சங்கீதத்திலும் சிறந்த இசை மேதைகளும், மருத்துவ வல்லுனர்களும் இணைந்து விஞ்ஞான ரீதியான ஒரு ராக சிகிச்சையை ஆரம்பிக்க வேண்டும். நவீன யுகத்தில் சர்வசாதாரணமாக அதிகரித்து வரும் வியாதிகளையும் அவற்றுடன் சேர்ந்த வேறு பல பிரச்னைகளையும் நிவர்த்தி செய்ய வழி காண வேண்டும்.

குழந்தைகளுக்கு மிகவும் அவசியமான, அவர்களுடன் சம்பந்தப்பட்ட, அவர்களுக்கு நெருக்கமான ஒரு விஷயமாக இசை மாறிவருகிறது. பிளே ஸ்கூலில் ஆரம்பித்து ஒவ்வொரு

நிலையிலும் போட்டியை எதிர்நோக்க வேண்டிய நிலை உருவாகி உள்ளதால், குழந்தைகளுக்கு நிறைய விளை யாட்டையும், இசையையும் பயிற்றுவித்து ஆரோக்கியத்தை வளர்க்க வேண்டும். அவர்களுடைய கற்பனைத் திறனையும், கனவுகளையும் வளர்க்க இசை அவர்களுக்குப் பெரிதும் கைகொடுக்கிறது.

பாடுவதும், இசையைக் கற்றுக்கொள்வதும் ஒவ்வொரு குழந்தையின் பிறப்புரிமை. ஒவ்வொரு மனிதனும் வாழ்வில் எவ்வளவு முடிகிறதோ அந்த அளவு இசையைப் புரிந்துகொண்டு அனுபவிக்க வேண்டும். சமீபகாலமாக, வளர்ந்து வரும் அறிவு விலாசத்தில், இசை மருத்துவமும் இந்திய ராகங்களும் ஒரு பகுதியாக வளர்ந்து வருகின்றன.

சிக்கலான வகையைச் சேர்ந்த பாரோக் இசையும், நியூ ஏஜ் இசையும், கர்நாடக சங்கீத ராகப்பிரிவுகளும் மனிதனின் பழுதுபட்ட நரம்பு மண்டலப் பகுதியை நிலைப்படுத்தி, கடினமாக யோசிக்க வேண்டிய கணிதப் பகுதிகளையும் பிரிட்ஜ், செஸ் முதலான மூளை உபயோகப்படுத்த வேண்டிய நேரங்களிலும் மூளை நரம்புகள் சுறுசுறுப்பாகச் செயல்படவும் காரணமாக அமைகின்றன.

மனோதர்மம், மனோபிம்பம் உருவாக்குதல், கற்பனைத் திறன், மனோ சிருஷ்டி ஆகியவற்றை வளர்க்க ராகப்பயிற்சி உதவுவதோடு, எதிர்மறை எண்ணங்களும், தீய உணர்ச்சி களும் அற்ற ஒரு பொறுப்புள்ள மனிதனாக கருணையும் அன்பும் நிறைந்தவனாக சமூகத்தில் வாழ இசை துணை நிற்கிறது.

பாரம்பரிய இசை மருத்துவத்துக்குப் புனருத்தாரணம் கொடுக்கும் ஆராய்ச்சி

ராக சிகித்ஸா அல்லது ராக சிகிச்சையை ஆழ்ந்த ஆராய்ச்சி செய்து அதை முறையான ஓர் அமைப்பாக ஒழுங்குபடுத்துவது மிகவும் அவசியம். அதுவரை, ராகத்தின் நிலையையும், அது விளைவிக்கும் பலனையும் ஒரு சமநிலையோடு எதிர் கொள்ள வேண்டும். இந்திய மருத்துவக் கழகம், இசை மருத்துவத்தை நவீன மருத்துவத்தின் ஒரு பிரிவாக ஏற்றுக் கொள்ளவில்லை. விஞ்ஞான ரீதியாக ராகங்களைத் தேர்வு

செய்யவும் பயன்படுத்தவும் ஒருமுகப்படுத்தப்பட்ட கூட்டு முயற்சி மிகவும் அவசியமாகிறது.

மேலை நாடுகளைப்போல், இந்தியாவில் இசை மருத்துவத்துக்குப் போதுமான கவனம் கிடைக்கவில்லை. உணர்ச்சிப் பூர்வமான ராகங்களை, அறிவுப்பூர்வமான தாளத்துடன், கீர்த்தனைகள் இயற்றி ராக சிகித்ஸா நடத்தி வந்த நம் பழம்பெரு நாட்டின் அடிச்சுவடுகளை நாம் தொடராமல் இருப்பது வியப்புக்கு இடமாகிறது. உயர்கல்வி மையங்களும், பல்கலைக் கழகங்களும் பாடப்பகுதியாக இசை மருத்துவத்தையும், ராக சிகிச்சை பற்றியும், இதன் முக்கியத்துவம் பற்றியும் ஒரு பிரிவு ஆரம்பிக்க வேண்டும். அப்போது தான், இந்தப் புத்தகத்தில் விரிவாக அலசி ஆராய்ந்த இசைச் சிகிச்சையின் பலன்கள் எல்லோருக்கும் கிடைக்கும்.

சிகிச்சைக்கான சில ராகங்கள்

ராகத்தின் பெயர்	ஆரோஹனம் அவரோஹனம்	அடிப்படை குண விசேஷங்கள்/குறிப்புகள்
ஆபேரி நட பைரவி	ஸ க^{1} ம^{1} ப நி^{1} ஸ் ஸ் நி^{1} த^{2} ம^{1} க^{1} ஸ	கவர்ச்சியான ராகம், மனத்தில் நிறைவையும் அமைதியையும் ஏற்படுத்தும் வசீகரம் வாய்ந்தது. கேட்பவர்கள் மனத்தில் ஏராளமான கற்பனையைத் தூண்டுவதால், மனோவைத்திய நிபுணர்கள் இந்த ராகத்தை சிகிச்சையாகக் கொடுக்கலாம். மன இறுக்கத்தைத் தளர்த்தி, நடப்புகளை எளிதாகவும், சாதாரணமாகவும் ஏற்றுக்கொள்ளும் மென்மை உணர்வை ஏற்படுத்துகிறது. மனச் சிக்கல்களை எளிதில் கரைக்கிறது. உயர் அதிகாரிகளுக்கும், மாணவர்களுக்கும் தங்கள் வேலையையும், படிப்பையும் தொடங்கும் முன் இந்த ராகத்தைக் கேட்பது ஊக்கம் அளிக்கும்.
ஹிர் பைரவ் (ஹிந்துஸ்தானி ராகம்) கர்நாடக சங்கீதம் பிரிவில் சக்ரவாஹம் மேளகர்த்தா ராகம். சம்பூர்ண ராகம், காப்பி, பைரவ் இரண்டும் சேர்ந்த கலவை.	ஸ ரி^{1} க^{1} ம^{1} ப^{1} த நி^{1} ஸ் ஸ் நி^{1} த^{2} ப ம^{1} க^{1} ரி^{1} ஸ	மனத்தை உருக்கும் ராகம். மன அழுத்தம், உடற் பளு நிறைந்த வேலை இவற்றுக்கு அருமருந்தாக உடலையும் உள்ளத்தையும் மென்மையாக்கும் ராகம். பொது இடங்களில் (ஷாப்பிங் மால்), அலுவலகங்ளில் மென்மையான வாத்திய இசையாக ஆஹிர் பைரவ் ஒலிபரப்பலாம்.

ஆனந்த பைரவி நட பைரவி ஜன்யம்	ஸ க^{1} ரி^{2} க^{1} த^{2} ப^{1} ஸ் ஸ் நி^{1} த^{1} ப ம^{1} க^{1} ரி^{2} ஸ	சாந்தமான ராகம். பாண்டைய கால கிராமியப் பாடல்களில் வேரூன்றி வளர்ந்த ராகம். உயர் ரத்த அழுத்தத்துக்கு மருந்துகளுடன் ஆனந்த பைரவி ராகமும் ஒரு வாழ்த்துப் பரிசுபோல் அமையும். மன அழுத்தம் கூடிய வேலைகளான போர் விமானத்தை ஓட்டும் பைலட்டுகளுக்கும், அறுவைச் சிகிச்சைக்கு முன் மருத்துவர், நோயாளி இருவருக்குமே, அறிவுத் திறமைக்காக பரீட்சை எழுதுவர்களின் மன அழுத்தத்துக்கு ஆனந்த பைரவி ராகத்தைப் போட்டுகேட்டால் மனத்தில் ஆனந்தமான அமைதி நிலவும். அழுத்தம் நிறைந்த அலுவலகத்திலும், மருத்துவமனை வரவேற்பு அறைகளிலும் இந்த ராகத்தை ஒலிபரப்பலாம்.
ஆரபி சங்கராபரண ஜன்யம்	ஸ ரி^{2} ம^{1} ப த^{2} ஸ் ஸ் நி^{2} த ப ம^{1} க^{2} ரி^{2} ஸ	தெய்வ ஆராதனைக்கும், மன அமைதிக்காகவும் பாடப்படும் ராகத்தை ரௌத்ரத்தை அடக்கி சமாளிக்க ராக சிகிச்சையாகக் கொடுக்கலாம்.
அசாவேரி ஹனும தோடி ஜன்யம்	ஸ ரி^{1} ம^{1} ப த^{1} ஸ் ஸ் நி^{1} ப த^{1} ம^{1} க^{1} ரி^{1} ஸ	நடுப்பகலில், சூழ்நிலைக்கும், மனநிலைக்கும் ஏற்ற ராகம். மனத்தில் தன்னம்பிக்கையைப் பெருக்கும் ராகம். தலைவலி, மன உளைச்சல் போன்ற நிலையில் மருந்தோடு, வாழ்த்துப் பாடல்போல் இதையும் கேட்டுத் தன்னம்பிக்கை அடையலாம். ரத்த அழுத்தக் குறைவுக்கும் நிவர்த்தி தருகிறது.

டோனா சங்கராபரண ஜன்யம்	ஸ ரி^{2} ம^1 ப நி^{2} ஸ் ஸ் நி^{2} த^2 ப ம^1 க^2 ரி^{2} ஸ	ரௌத்ரத்தை வெளியிடும் வீரிய ராகம். ரௌத்ரத்தைச் சமாளிக்கவும் உதவும். மனச்சோர்வும் வேலையில் மந்த ஸ்திதியில் இருக்கும் நபர்களுக்கும் அடானா ராக சிகிச்சை, நிபுணரின் மேற்பார்வையில் துரித கதியிலும் உயர்ந்த ஸ்ருதியிலும் பாடவைத்துக் கொடுக்கலாம்.
பாகேஸ்வரி கரகரப்ரியா ஜன்யம்	ஸ ரி^{1} க^1 ம^1 த^2 நி^{1} ஸ் ஸ் நி^{1} த^2 ம^1 ப த^2 நி த க^1 ரி^{2} ஸ	நடுநிசியின், அழகிய உணர்ச்சிகளை வெளிப்படுத்தும் நுண்ணிய கலை உணர்வு மிகுந்து வெளிப்படும் ராகம். மனத்தின் ஆழத்தில் அமைதியையும், மங்கலான இருள் கவ்விய வெளிச்சமும் பரவசமும் தரும் ராகம். ஆழ்ந்த உறக்கம் வராமல் தவிப்பவர்களுக்கு பரிந்துரைக்கப்படும் ராகம்.
பஸந்த் பஹார் (ஹிந்துஸ்தானி ராகம்) வாசஸ்பதி ஜன்யம்	ஸ ம^2 க^2 ம^2 த^2 நி ஸ் ஸ் நி த^2 ப ம^2 க^2 ரி^{2} ஸ	எடுப்பான ஸ்வர ஸ்தானங்களைக் கொண்ட ராகம். மந்தஹலாஸத்தையும் மனமகிழ்ச்சியையும் தரும் ராகம். பித்தக் கற்களைக் கரைக்கும் மருந்துகளுடன் கூடுதலான மருந்தாக இந்த ராகம் நிவாரணம் தரும்.
பேகட சங்கராபரணம் ஜன்யம்	ஸ க^2 ரி^{2} ம^1 ப த^2 ப ஸ் ஸ் நி^{2} த^2 ப ம^1 க^2 ரி^{2} ஸ	நடுப்பகலின் அமைதியான சூழ்நிலையைப் பிரதிபலிக்கும் ராகம். உடலுக்கு ஓய்வு கொடுக்கும் ராகம்.

பெஹாக் சங்கராபரணம் ஜன்யம்	ஸ க^{2} ம^{1} ப நி^{2} த^{2} ஸ் ஸ் நி^{2} த^{2} ப ம^{1} க^{2} ம^{1} க^{2} ஸ	பின்னிரவின் அமைதியைப் பிரதிபலிக்கும் ராகம். மனச்சோர்வை நீக்கி மனத்தில் புத்துணர்ச்சியை ஏற் படுத்தும். அமைதியற்ற தூக்கப் பிரச்னைகளுக்கு நிவாரணம் தரும். மனத்தில் சோகம், சோர்வு, அதிர்ச்சிகளை அனுபவிப்பவர்களுக்கு ஆறுதல் தரும் தோழமை ராகம்.
பைரவ் சூர்யகாந்தம் ஜன்யம்	ஸ ரி^{1} க^{2} ம^{1} ப த^{1} நி^{2} ஸ் ஸ் நி^{2} த^{1} ப ம^{1} க^{2} ரி^{1} ஸ	மாயாமாளவ கௌள ராகத்தைப் பின்பற்றும் இந்த ராகம், அதிகாலை மனோபாவத்தைப் பிரதிபலிக்கிறது. கோபத்தை அடக்கி சாந்த நிலையைக் கொடுக்கிறது.
பைரவி நடபைரவி ஜன்யம்	ஸ க^{1} ரி^{2} க^{1} ம ப த^{2} நி^{1} ஸ் ஸ் நி^{2} த^{1} ப ம^{1} க^{1} ரி^{2} ஸ	இது ஒரு சர்வகால ராகம். மூளைச் சிதறல் எனப்படும் மனம் குன்றியவர்களின் வெறியை அடக்கும் சக்தி வாய்ந்தது. மனத்தைப் பற்றற்ற நிலைக்குக் கொண்டு செல்லும் மகிமை வாய்ந்த இந்த ராகத்தை ரிஷிகளும் முனிகளும் பஜனைகளிலும், மந்திரத்திலும் ஓது கிறார்கள். பல நோய்களுக்கு நிவாரணியாக, மருந் துடன் இந்த ராக சிகிச்சையும் அளிக்கப்படுகிறது. வாதம், மூட்டு வாதம், முடக்கு வாதம், கபம், சளி சைனுசைட்டிஸ் (மூக்கு எலும்பில் சீழ்) க்ஷயம், புற்றுநோய் போன்ற கொடிய நோய்களுக்கான மருந்துகளுடன் பைரவி ராக சிகிச்சை கொடுத்தால், நல்ல நிவாரணம் கிடைக்கும்.

பூபாளம் தோடி ராக ஜன்யம்	ஸ ரி^{1} க^{1} ப த^{1} ஸ் ஸ் த^{1} ப க^{1} ரி^{1} ஸ	பொழுது புலர்ந்து பறவைகள் கீச்சிடும் சூழ்நிலையைப் பிரதிபலிக்கும் ராகம். மனத்தில் தன்னம்பிக்கையும், புத்தொளியும் கொடுக்கும் ராகம். உடல் சோம்பலைத் துரத்தி, உற்சாக மனநிலையைக் கொடுக்கக்கூடியது.
பிலஹரி சங்கராபரணம் ஜன்யம்	ஸ ரி^{2} க^{2} ப த^{2} ஸ் ஸ் நி^{2} த^{2} ப ம^{1} க^{2} ரி^{2} ஸ	பொழுது புலர்ந்த சுறுசுறுப்பான சூழ்நிலையைக் கொடுக்கும் ராகம். மென்மையான, அமைதியான, சுமுகமாக அனுபவித்துப் பாடுகிற/கேட்கப்படும் ராகம். உடல் சோர்வை நீக்கக்கூடியது
பௌளி மாயா மாளவ கௌள ஜன்யம்	ஸ ரி^{1} க^{2} ப த^{1} ஸ் ஸ் நி^{2} த^{1} ப க^{2} ரி^{1} ஸ	பொழுது புலரும் சூரியோதய வேளையைப் பிரதிபலிக்கும் தெய்வீக ராகம். ஆழ்மனத்தை மேல் நிலைக்குக் கொண்டுசெல்லும் ராகம்.
ப்ரிந்தாவன சாரங்கா கரஹப்ரியா ஜன்யம் சக்ரவாஹம்	ஸ ரி^{1} க^{2} ம^{1} ப த^{2} நி^{1} ஸ் ஸ் நி^{1} த^{2} ப ம^{1} க^{2} ரி^{1} ஸ	பகல் நேர மனநிலையைப் பிரதிபலிக்கும் ராகம். கம்பீரம், மகிழ்ச்சி, பக்தி, அமைதி அனைத்தும் நிறைந்த கேட்பவரை ஆட்கொள்ளும் ராகம். வேலையில் ஆழ்ந்தவாறு கேட்டு அனுபவிக்கலாம்.
சக்ரவாஹம் [1]6-வது மேள கர்த்தா ராகம்	ஸ ரி^{1} க^{2} ம^{1} த^{2} நி^{1} ஸ் ஸ் நி^{1} த^{2} ப ம^{1} க^{2} ரி^{1} ஸ	உணர்ச்சிமயமான ராகம். சோகம், துக்கம், வருத்தம், துன்பம் போன்ற உணர்ச்சிகளை வெளிக்கொண்டு வரும் மென்மையான ராகம். அதிர்ச்சியைக்கூட துயரத்துடன் வெளிப்படுத்த உதவும் ராகம்.

சந்ர கோன்ஸ் கீரவாணி ஜன்யம்	ஸ க^{1} ம^{1} த^{1} நி^{2} ஸ் ஸ் நி^{1} த^{2} ப ம^{1} ரி^{1} ஸ	மனமகிழ்ச்சியையும், அமைதியையும் வெளிப் படுத்தும் அழகு மிளிர்ந்த ராகம். பசியின்மையைப் போக்கி ஆரோக்கியம் பெற உதவும். இதய வால்வுப் பாதிப்பு உள்ள இதய நோயாளிகளின் நெஞ்சு வலிக்கு நிவாரணி, இந்த ராகம்.
சந்ரிகா கீரவாணி ஜன்யம் (மத்யம் இல்லாததால் ஸிம்ஹேந்ர மத்யமா ஜன்யம் எனவும் கொள்ளலாம்.)	ஸ^{2} க^{1} ப த^{1} நி^{2} ஸ் ஸ் நி^{2} த^{1} ப க^{1} க^{1} ரி^{2} ஸ	வயதாவதால் தேய்ந்துபோகும் திசுக்களுக்கும் உறுப்புகளுக்கும் உயிர் கொடுக்கக்கூடிய ராகம்.
சாருகேசி 26-வது மேளகர்த்தா ராகம்	ஸ ரி^{2} க^{2}ம^{1} ப த^{1} நி^{1} ஸ் ஸ் நி^{1} த^{1} ப ம^{1} க^{2} ரி^{2} ஸ	மென்மையான ராகம். இதய நோய்களுக்கு சிகிச்சை யாக அமையக்கூடியது.
தர்பார் கரஹரப்ரியா ஜன்யம்	ஸ ரி^{2} ம^{1} ப த^{2} நி^{1} ஸ் ஸ் நி^{1} த^{2} ப ம^{1} ரி^{2} ஸ	மனோ நிலைகளை மாற்றி மேன்மையான நிலைக்குக் கொண்டுசெல்லக்கூடியது.
தர்பாரி ஹிந்துஸ்தானி ராகம்	-----	கம்பீரமான ராகம். பின்னிரவின் மனோ நிலையைப் பிரதிபலிக்கும் ராகம். மன இறுக்கத்தைத் தளர்த்தும்.

தீபக் காமவாத்தினி ஜன்யம்	ஸ க^{2} ம^{2} ப த^{1} ப ஸ் ஸ் நி த^{1} நி^{2} ப ம^{2} க^{2} ரி^{1} ஸ	அஜீரணம், பித்தம் ஆகியவற்றுக்கு மருந்தாக அமையும். பசியின்மையை நீக்கும்.
தேஷ் (ஹிந்துஸ்தானி ராகம்) ஹரிகாம்போதி ஜன்யம்	ஸ ரி^{2} ம^{2} ப த^{1} ப ஸ் ஸ் நி^{1} த^{2} ப ம^{1} க^{2} ரி^{2} ஸ	இனிமையான ராகம், பக்தி ரஸம், மகிழ்ச்சி, நட்புணர்வு, அமைதி நிறைந்த மேன்மையான ராகம், கேட்கும்பொழுது மனச்சோர்வு கரைந்துவிடும்.
தேவகாந்தாரி சங்கராபரண ஜய்னம்	ஸ ரி^{2} க^{2} ரி^{2} ம^{1} ப த^{2} நி^{2} ஸ் ஸ் நி^{2} த^{2} ப ம^{1} க^{2} ரி^{2} ஸ	வீரத்தைப் பிரதிபலிக்கும் ராகம். எதிர்மறை எண்ணங் களை மனத்தை விட்டுத் தொலைப்பதற்கும், பயம், தடுமாற்றம் தன்னம்பிக்கை அற்ற குணம், கோபம் இவற்றை இந்த ராகத்தைப் பாடியும், கேட்டும் நிவர்த்தி செய்துகொள்ளலாம்.
தேவமனோஹரி கரஹரப்ரியா ஜன்யம்	ஸ ரி^{2} ம^{1} ப த^{2} நி^{1} ஸ் ஸ் நி^{1} த^{2} நி^{1} ப ம^{1} ரி^{2} ஸ	நடுப்பகல் சூழ்நிலையைப் பிரதிபலிக்கும் ராகம். சுறுசுறுப்பையும், மனத்தெளிவையும் கொடுக்கும்.
தன்யாசி தோடி ஜன்யம்	ஸ் க^{1} ம^{1} ப நி^{1} ஸ் ஸ் நி^{1} த^{2} நி^{1} ப ம^{1} ரி^{2} ஸ	காலை நேர சுறுசுறுப்பையும், சூழ்நிலையையும் பிரதிபலிக்கும் ராகம், மனத் தெளிவையும், சுறு சுறுப்பையும், பக்தியையும் ஏற்படுத்தக்கூடியது.

துர்கா (ஹிந்துஸ்தானி ராகம்) சங்கராபரண ஜன்யம்	ஸ் க^{1} ம^{1} ப நி^{1} ஸ் ஸ் நி^{1} த^{2} நி^{1} ப ம^{1} ரி^{2} ஸ	நரம்புகளுக்குப் புத்துணர்ச்சி கொடுக்கும் அருமையான ராகம்.
த்விஜாவந்தி ஹிந்துஸ்தானி ராகத்தில் ஜெய்ஜெய் வந்தி ஹரி காம்போதி ஜன்யம்	ஸ ரி^{2} ம^{1} க^{2} ம^{1} ப த^{2} ஸ் ஸ் நி^{1} த^{2} ப ம^{1} க^{2} ம^{1} ரி^{2} ஸ	உடல் அயற்சியைப் போக்கவும், நரம்புத் தளர்ச்சியைச் சரி செய்யவும் பாடப்படும் ராகம். பாரிச வாயு, தலைவலி, முடக்கு வாதம் போன்ற தீராத நோய்களுக்கு நிவாரணி. மன அமைதியைக் கொடுக்கும். உற்சாகத்தையும், மகிழ்ச்சி, ஆர்வம், கம்பீரம் போன்றவற்றையும் பிரதிபலித்து, மனச் சோர்வைப் போக்கும்.
சௌரி மனோஹரி மேளகர்த்தா ராகம்	ஸ ரி^{2} க^{1} ம^{1} ப த^{2} நி^{2} ஸ் ஸ் நி^{2} த^{2} ப ம^{1} க^{1} ரி^{2} ஸ	உற்சாகமான ராகம். மகிழ்ச்சி, ஆர்வம், கம்பீரம் போன்றவற்றைப் பிரதிபலிக்கும் இந்த ராகம், மனச் சோர்வைப் போக்கும்.
குர்ஜரி தோடி மாயாமாளவ கௌள ஜன்யம்	ஸ ரி^{1} க^{2} ம^{1} ப த^{1} நி^{2} த^{2} ம^{2} க^{2} ரி^{1} ஸ	இருமலைத் தணிக்க, மருந்துகளுடன் இந்த ராக சிகிச்சையும் உதவும். மனத்தை உயர்வான நிலைக்குக் கொண்டுபோகும். அமைதி தரும்.

ஹம்ஸத்வனி சங்கராபரணம் ஜன்யம்	ஸ ரி^{2} க^{2} ப நி^{2} ஸ் ஸ் நி^{2} ப க^{2} ரி^{2} ஸ	பக்தி, குதூகலம், மகிழ்ச்சியுடன் கூடிய மெல்லிய வருத்தமும் பிரதிபலிக்கும் ராகம். மனச்சோர்வைப் போக்க கேட்க வேண்டிய ராகம்.
ஹம்ஸாநந்தி சங்கராபரணம் ஜன்யம்	ஸ க^{2} ம^{2} த^{2} நி^{2} ஸ் ஸ் நி^{2} த^{2} ம^{2} க^{2} ரி^{1} ஸ	பக்தி, சாந்தம், அன்பைப் பிரதிபலிக்கும் ராகம். நகைச்சுவையைத் தரும் ராகம். மன இறுக்கத்தைத் தளர்த்தி ஓய்வுகொடுக்கக்கூடியது.
ஹரிகாம்போஜி சங்கராபரணம் ஜன்யம்	ஸ க^{2} ம^{2} த^{2} நி^{2} ஸ் ஸ் நி^{2} த^{2} ம^{2} க^{2} ரி^{1} ஸ	பக்தி, சாந்தம், அன்பைப் பிரதிபலிக்கும் ராகம். நகைச்சுவையைத் தரும் ராகம். மன இறுக்கத்தைத் தளர்த்தி ஓய்வுகொடுக்கக்கூடியது.
ஹிந்தோளம் (ஹிந்துஸ்தானியில் மால்கோன்ஸ் எனப்படும் ராகம்) நடபைரவி ஜன்யம்	ஸ க^{1} ம^{1} த^{1} நி^{1} ஸ் ஸ் நி^{1} த^{1} ம^{1} க^{1} ஸ	நளினம், இந்த ராகத்தின் ஜீவநாடி. மனத்தில் அமைதியும், மென்மையான வருத்தம் கலந்த சாந்தமும், தெய்வீக உணர்வும் பிரதிபலிக்கும் ராகம். முதுகு வலிக்கு நிவாரணம் தரக்கூடியது. ரத்த அழுத்தம், வாதக் கோளாறு, குறைந்த ரத்த அழுத்தம், வாயுத் தொல்லை போன்றவற்றுக்கு ஏற்றது. வயதாவதால் திசுக்கள் அழிவதைக் குறைத்து ஆரோக்கியத்தைக் கொடுக்கக் கூடியது.

ஹூசேனி கரஹரப்பிரியா ஜன்யம்	ஸ ரி^{2} க^{1} ம^{1} ப நி^{1} த^{2} நி ஸ் நி^{1} த^{2} ப ம^{1} க^{1} ரி^{2} ஸ்	கிளர்ச்சி உணர்வையும், கற்பனை உலகில் சஞ்சரிக்கவும் தூண்டும் ராகம்.
ஜகன் மோஹினி மாயா மாளவ கௌள ஜன்யம்	ஸ க^{2} ம^{1} ப நி^{2} ஸ் ஸ் நி^{2} ப ம^{1} க^{2} ரி^{1} ஸ	உடல் அழுத்தத்தைக் குறைக்கும் ராகம்.
ஜோன்புரி நடனபைரவி ஜன்யம்	ஸ ரி^{2} ம^{1} ப த^{2} ஸ் நி^{1} த^{1} ப ம^{1} க^{1} ரி^{2} ஸ	இந்த ராகம், அதிக பித்த சுரப்புக்கும், மலச் சிக்கலுக்கும், உணவுக் குழாய் பாதிப்புகளுக்கும் சிகிச்சையாக அமையும்.
கலாவதி சக்ரவாஹம் ஜன்யம்	ஸ ரி^{1} ம^{1} ப த^{1} ஸ் ஸ் த^{2} ப ம^{1} க^{2} ஸ ரி^{1} ஸ்	நரம்புகளுக்குப் புத்துணர்ச்சி கொடுப்பதால், நரம்பு பாதிப்புகளுக்குச் சிகிச்சை அளிக்க இந்த ராகம் பயன்படுகிறது.
கானடா கரஹரப்ரியா	ஸ ரி^{1}ப க^{1} ம^{1} த^{2} நி^{2} ஸ் நி^{1} ப ம^{1} க^{1} ம^{1} ரி^{2} ஸ	உணர்ச்சிமயமான ராகம். அழகு, ஆர்வம், மகிழ்ச்சி, மேன்மை, சாந்தம் மற்றும் அன்பு பொங்கி நிறையும் ராகம். மனச்சோர்வு, தோல்வி மனப்பான்மைத் துரத்தும் ராகம்.

கதன குதூகலம் சங்கராபரண ஜன்யம்	ஸ ரி^{2} ப க^{1} த^{2} நி^{2} க^{2} ப ஸ் நி^{2} த^{2} ப ம^{1} க^{2} ரி^{2} ஸ	குதூகலமான ராகம். மனச்சோர்வு, மந்த நிலையைத் துரத்தும் ராகம்.
காப்பி கரஹப்ரியா ஜன்யம்	ஸ ரி^{2} ம^{1} த^{2} நி^{2} க^{2} ப ஸ் ஸ் நி^{1} ப ம^{1} க^{1} ம^{1} ரி^{2} ஸ	ஆழ்ந்த உணர்வுகளையும், மென்மையையும் பிரதிபலிக்கும் ராகம். மனத்துக்கு சுகானுபவத்தைக் கொடுக்கக்கூடியது.
கல்யாண தாஹினி கல்யானி ஜன்யம்	ஸ ரி^{2} க^{2} ம^{2} ப த^{2} நி^{2} ஸ் ஸ் நி^{2} த^{2} நி^{2} ப ம^{2} க^{2} ரி^{2} ஸ	பக்தி, ஆர்வம்,மேன்மை மற்றும் அகத்தின் ஆழமான உணர்வுகளைச் சித்திரிக்கும் ராகம். மனச்சோர்வை நீக்கி சுறுசுறுப்படையச் செய்யும்.
கல்யாணி யுமன் எனப்படும் ஹிந்துஸ்தானி ராகம். மேளகர்த்தா ராகம்.	ஸ ரி^{2} க^{2} ம^{2} ப த^{2} நி^{2} ஸ் ஸ் நி^{1} த^{2} ப ம^{1} க^{1} ரி^{2} ஸ (இதில் 'ப' ஸ்வரத்தை எடுத்துவிட்டால் சோகம் நிறைந்த ராகமாக மனத்தை உருக்கும்.)	கம்பீரமான ராகம். மாலை வேளையில் மன உணர்வுகளை வெளிப்படுத்தும் வல்லமை வாய்ந்தது. பக்தி, அழகு, அமைதி, ஆர்வம், நகைச்சுவை நிரம்பிய இது, இதய நோய்களுக்கான சிகிச்சைக்கு உதவும்.
கரஹரப்ரியா மேளகர்த்தா ராகம்	ஸ ரி^{2} க^{1} ம^{1} ப த^{2} நி^{1} ஸ் ஸ் நி^{1} த^{2} ப ம^{1} க^{1} ரி^{2} ஸ	மனத்துக்கு வலிமையைக் கொடுத்து மன இறுக்கத்தை இளக்கும் ராகம்.

கேதாரம் சங்கராபரணம் ஜன்யம்	ஸ ம^{1} க^{2} ம^{1} ப நி^{2} ஸ் ஸ் நி^{2} ப ம^{1} க^{2} ரி^{2} க^{2} ஸ	காலைநேரப் புத்துணர்ச்சியை உணர்த்தும் ராகம். கபம், சளி, இருமல், ஆஸ்துமா போன்ற நுரையீரல் சம்பந்தப்பட்ட நோய்களுக்கு நிவாரணம் அளிக்கும். மனச்சோர்வை விரட்டும்.
கேதார கௌள ஹரி காம்போஜி ஜன்யம்	ஸ ரி^{2} ம^{1} ப நி^{1} ஸ் ஸ் நி^{1} த^{2} ப ம^{1} க^{2} ரி^{2} ஸ	வீரம் பொருந்திய ராகம். மனத்தில் பயத்தையும், தடுமாற்றத்தையும் தீர்க்கும்.
கமாஸ் ஹரி காம்போஜி ஜன்யம்	ஸ ம^{1} க^{2} ம^{1} ப த^{1} ஸ் நி^{1} தி^{2} ப ம^{1} க^{2} ரி^{2} ஸ	கமகமங்கள் நிறைந்த, காதல் ரசம் நிறைந்த ராகம். நரம்புக் கோளாறு, மன உளைச்சல், கவலையால் தன் நிலை இழந்தவர்கள், மனச்சோர்வு போன்ற கோளாறுகளுக்கு கமாஸ் ராக ஆலாபனம் புத்தொளியும், உணர்ச்சியும் கொடுக்கும்.
குந்தலவராளி ஹரி காம்போஜி ஜன்யம்	ஸ ம^{1} ப த^{2} நி^{1} ஸ் ஸ் நி^{1} த^{2} ம^{1} ஸ	மகிழ்ச்சி தரும் ராகம். மன அமைதிக்கு ஏற்றது.
லலிதா மாயாமாளவ கௌள ஜன்யம்	ஸ ரி^{1} க^{2} ம^{1} த நி^{2} ஸ் ஸ் நி^{2} த^{1} ம^{1} க^{2} ரி^{1} ஸ	தலைவலிக்கு மிகச் சிறந்த நிவாரணமாக இந்த நளினமான ராகத்தைக் கேட்கலாம்.

லலிதா மாயாமாளவ கௌள ஜன்யம்	ஸ ரி^{2} க^{2} ம^{2} ப த^{1} நி^{2} ஸ் ஸ் நி^{2} த^{1} ப ம^{2} க^{2} ரி^{2} ஸ	பக்தி, அழகு, கம்பீரம், ஆர்வம் போன்ற உயர்ந்த உணர்வுகளைப் பிரதிபலிக்கும் ராகம். மன அமைதி கிடைக்க, இந்த ராகத்தைக் கேட்டு ஆனந்தம் அடையலாம்.
மதுவந்தி ஹிந்துஸ்தானி ராகம்	நி ஸ் க ம ப நி ஸ் ஸ் நி க ம க ஸ	மூல நோய்க்கும், மலக்குடல் ரத்தக் கசிவுக்கும் நிவாரணம் கிடைக்கும் ராகம்.
மத்யமாவதி கரஹப்ரியா ஜன்யம்	ஸ ரி^{2} ம^{1} ப நி^{1} ஸ் ஸ் நி^{2} ப ம^{1} ரி^{2} ஸ	நடுப்பகல் சூழ்நிலையைக் குறிக்கும் ராகம். பக்தி, நகைச்சுவை, நளினம், கம்பீரம் என்று எல்லா உணர்வுகளையும் பிரதிபலிக்கும் ராகம்.
மலயமாருதம் கர்வாஹம் ஜன்யம்	ஸ ரி^{2} க^{2} ப த^{2} நி^{1} ஸ ஸ் நி^{1} த^{2} ப க^{2} ஸ	அதிகாலை நேரத்தையும், சூரியோதயத்தையும் பிரதிபலிக்கும் சுத்த ராகம். பக்தி, ஆர்வம், அழகு நிரம்பிய ராகம். இது, உடலிலும், உள்ளத்திலும் சோம்பலை விரட்டி புத்துணர்ச்சியைக் கொடுக்கிறது. உடலில் நாளமில்லாச் சுரப்பிகளின் வேலையை ஒழுங்குபடுத்தக்கூடியது.
மார்கஹிந்தோளம் நடபைரவி ஜன்யம்	ஸ ரி^{2} க^{2} ப த^{2} நி^{1} ஸ் ஸ் நி^{1} த^{1} ப ம^{1} க^{1} ரி^{2} ஸ	பக்தி, ஆர்வம், அமைதியைச் சித்திரிக்கும் ராகம். நல்ல ஓய்வைக் கொடுக்கக்கூடியது.

மாரவா ஹிந்துஸ்தானி ராகம் மாயாமாளவ கௌள ஜன்யம்	ஸ க^{2} ம^{1} ப த^{1} நி^{2} ஸ் ஸ நி^{2} த^{1} ம^{1} ப ம^{1} க^{2} ரி^{1} ஸ	காய்ச்சல், பித்தக் கோளாறு, அஜீரணம் போன்றவற்றுக்குச் சிகிச்சை தரும் ராகம்.
மாயாமாளவகௌள மேளகர்த்தா ராகம் ஹிந்துஸ்தானியின் பைரவ் ராகதாட்	ஸ ரி^{1} க^{2} ம^{1} ப த^{1} நி^{2} ஸ ஸ் நி^{2} த^{1} ப ம^{1} க^{2} ரி^{1} ஸ	ஆர்வமும், அமைதியும் கலந்த ராகம். சாந்தமும், அன்பும் உள்ளத்தில் பெருகவைக்கக்கூடியது.
மிஸ்ர மாண்ட் ஹிந்துஸ்தானி ராகம்	ஸ க ம ப த நி ஸ் ஸ் நி த ப ஸ ரி க ரி ஸ் (காந்தாரமும் நிஷாதமும் கமகங்கள் நிறைந்துள்ள ஸ்வரம்)	புத்துணர்ச்சியை ஊட்டி, இன்பம் தரும் ராகம். மென்மையான, அழகான ஸ்வரங்களால் மனத்துக்கும் உடலுக்கும் ஓய்வுகொடுக்கக்கூடியது.
மோஹன கல்யாணி மேசகல்யாணி ஜன்யம்	ஸ ரி^{2} க^{2} ப த^{2} ஸ் ஸ் நி^{2} த^{2} ப ம^{2} க^{2} ரி^{2} ஸ	பக்தி, ஆர்வம், நகைச்சுவை, கம்பீரம் அனைத்தும் கலந்த ராகம். ஓய்வையும் மகிழ்ச்சியும் தரும் ராகம்.

மோஹனம் ஹிந்துஸ்தானியின் பூபாலி ஹரிகாம்போஜி ஜன்யம்	ஸ ரி^{2} க^{2} ப த^{2} ஸ் ஸ் த^{2} ப க^{2} ரி^{2} ஸ	சுத்த ராகமாகிய இதில் வரும் எல்லா ஸ்வரங்களும், மனத்தின் ஆழத்தில் பதிந்துள்ள மகிழ்ச்சி அலைகளை, இன்பத்தைப் பிரதிபலிக்கின்றன. பாடப்பாட பக்தி, ஆர்வம், கம்பீரம், நகைச்சுவை உணர்வுகள் நம்மைச் சூழ்ந்துகொள்கின்றன. மனத்தில் கொப்பளித்து வரும் மகிழ்ச்சியும், நிறைவும், எதிர்மறை எண்ணங்களையும் கோபத்தையும் துரத்தி அடிக்கும்.
முகாரி கரஹரப்ரியா ஜன்யம்	ஸ ரி^{2} ம^{1} ப நி^{1} த^{2} ஸ் ஸ் நி^{1} த^{2} ப ம^{1} க^{1} ரி^{2} ஸ	உச்சிவேளையின் மனநிலையைக் குறிக்கும் ராகம். ஓய்வும், மதிய உறக்கமும் கொடுக்க உதவும் ராகம்.
நாத நாமக்ரியா மாயாமாளவ கௌள ஜன்யம்	ஸ ரி^{1} க^{1} ப த^{1} நி^{2} நி^{2} த^{1} ப ம^{1} க^{1} ரி^{1} ஸ (நிஷாதாந்திய ராகம். மத்திய ஸ்தாயியில் நிஷாதத்துக்கு மேல் சஞ்சாரம் இல்லை.)	மென்மையான அடக்கமான, பக்தி, அன்பு ஆதரவு, ஆர்வம், சமரச உணர்வுகளைத் தோற்றுவிக்கும் ராகம். இரவில் அமைதியாகப் பாட வேண்டிய ராகம். குரோதத்தையும், கொலை வெறி உணர்வுகளையும் அடக்கி சாந்தப்படுத்தும் சிறப்பு வாய்ந்தது. தாலாட்டி உறங்க வைக்கும் பண்பு வாய்ந்ததால், மனநலம் குன்றிய குழந்தைகளை அடக்கி வழி நடத்தவும், அவர்களுக்கு அமைதி தரவும் இந்த ராகத்தைப் பயன்படுத்தலாம்.

நாகஸ்வராவளி ஹரி காம்போஜி ஜன்யம்	ஸ க^{2} ம^{1} ப த^{2} ஸ் ஸ் த^{2} ப ம^{1} க^{2} ஸ	தன்னம்பிக்கையும், உற்சாகமும் கொடுக்கும், மென்மையான சொகுசான ராகம்.
நாட்டை சலநாட்டை ஜன்யம்	க^{2} ம^{1} ப நி^{2} ஸ் ஸ் நி^{2} ப ம க^{2} ம ரி3 ஸ	நடுப்பகலில் பாடவேண்டிய ராகம். மனத்துக்குத் தெம்பும், உற்சாகமும், வீரத்தையும் கொடுக்கும். மனச்சோர்வைப் போக்கி, சுறுசுறுப்பைக் கொடுக்கும். தற்கொலை மனப்பான்மை உள்ளவர்களுக்கு மனத் தெளிவையும், உற்சாகத்தையும் தரும்.
நடபைரவி மேளகர்த்தா ராகம்	ஸ ரி^{2} க^{1} ம^{1} ப த^{2} நி^{1} ஸ் ஸ் நி^{1} த^{1} ப ம^{1} க^{1} ரி^{2} ஸ	நவரசங்களும், அதன் உணர்ச்சிகளும் நிறைந்த சம்பூர்ண ராகம். மனத்தைச் சீரான நிலைக்குக் கொண்டுசெல்லும் சிறப்புமிக்கது. அஜீரணம், குடல் நோய்கள், வாதம் தொடர்பான பாதிப்புகள்கு நல்ல நிவாரணி.
நாடக்குறிஞ்சி ஹரிகாம்போஜி ஜன்யம்	ஸ ரி^{2} க^{1} நி^{1} த^{2} நி^{1} ப த நி ஸ் ஸ் நி^{1} க^{1} ரி^{2} ஸ	கருணையும், பக்தியும் பிரதிபலிக்கும் ராகம். மன அமைதியும் ஓய்வும் கொடுக்கும் ராகம்.
நீலாம்பரி சங்கராபரண ஜன்யம்	ஸ ரி^{2} க^{2} ம^{1} நி^{2} ஸ் ஸ் நி^{2} ப த^{2} நி^{1} ப ம^{1} க^{2} நி^{2} ஸ்	தாலாட்டு ராகம்.

பஹாடி ஹிந்துஸ்தானி ராகம் ஹரி காம்போஜி ஜன்யம்	ஸ ரி^{2} த^{1} ப நி^{2} ஸ் ஸ் நி^{2} ப த^{1} ப ம^{1} ரி^{1} ஸ	மலைவாழ் மக்களின் உல்லாச ராகம். உடல் களைப்பைப் போக்கும் மென்மையான ராகம்.
பந்துவராளி மேளகர்த்தா ராகம்	ஸ ரி^{1} க^{1} ம^{2} ப த^{1} நி^{2} ஸ ஸ நி^{2} ப த^{1} ப ம^{1} ரி^{1} ஸ	மனக்குழப்பம், தடுமாற்றம், சந்தேகம் இவற்றைப் போக்க சிறந்த ராகம்.
புன்னாகவராளி ஹனுமதோடி ஜன்யம்	நி^{1} ஸ ரி^{1} க^{1} ம^{1} ப த^{1} நி^{2} ஸ ஸ் நி^{2} த^{1} ப ம^{2} க^{1} ரி^{1} ஸ	காருண்யம் நிறைந்த ராகம் என்றாலும், கோபமும் வெறியும் தெறிக்கும் ராகம். அதேநேரத்தில், கோபத்தையும் வெறியையும் அடக்கவும் உதவும் ராகம்.
பூரியா ஷண்முகப்ரிய ஜன்யம்	நி ரி^{2} ஸ க^{1} ட^{2} நி^{1} ரி^{2} ஸ் ஸ் நி^{1} த^{1} ம^{2} க^{1} ரி^{2} ஸ	உடல் களைப்பைப்போக்கி ஓய்வைக் கொடுக்கும் ராகம். மூலக் கடுப்பு, சோகை, ரத்த அழுத்தம், மனக் குழப்பத்துக்கு நிவாரணம் அளிக்கும்.
பூரியதானஸ்ரீ ஹேமாவதி ஜன்யம்	நி ரி^{2} க^{1} ம^{2} ப த^{2} ப நி^{1} ஸ் ரி^{2} நி^{1} த^{2} ப ம^{2} க^{1} ரி^{2} க^{2} ரி^{2} ஸ	இனிமையான, மனக்குழப்பத்தைத் தீர்த்து ஸ்திர நிலைமைக்கு மனத்தைத் திருப்பும் ராகம். ரத்த சோகை, மனவெறியை அடக்கக்கூடியது.
பூர்வி மாயாமாளவ கௌள ஜன்யம்	ஸ ரி^{1} க^{2} ம^{1} த^{1} நி^{2} ஸ் ஸ் நி^{2} த^{1} ப ம^{1} க^{2} ரி^{1} ஸ	அந்திப் பொழுதில் பாடும் மென்மையான ராகம். மன இறுக்கம், தலைவலிக்கு நிவாரணம் தரும் ராகம்.

பூர்வி கல்யாணி கமனஸ்ரம (பந்துவராளி ஜன்யம்)	ஸ ரி^{1} க^{2} ம^{2} ப த^{2} ப ஸ் ஸ நி^{2} த^{2} ப ம^{2} க^{2} ரி^{1} ஸ	அந்திப் பொழுதில் பாடும் மென்மையான ராகம்.
ராமகலி மாயாமாளவ கௌள ஜன்யம்	ஸ ரி^{1} க^{2} ப த^{1} ஸ் ஸ் நி^{2} த^{1} ப ம^{1} க^{2} ரி^{1} ஸ	மூலக் கடுப்பு, மூல நோய்கள், மூல ரத்தக் கசிவுகளுக்கு நிவாரணம் தரும் ராகம்.
ரேவதி ரத்னாங்கி ஜன்யம்	ஸரி^{1} ம^{1} பநி^{1} ஸ் ஸ்நி^{1} பம^{1} ரி^{1} ஸ	பக்திமயமான சூழ்நிலையை ஏற்படுத்தும் ராகம். மனத்தில் நிறைவையும், அமைதியையும் தரும் ராகம்.
ரீதி கௌள நடபைரவி ஜன்யம்	ஸ க^{1} ரி^{2} க^{1} த^{2} ம நி^{1} நி^{1} ஸ நி^{1} த^{2} ம^{1} க^{1} ப ம^{1} க^{1} ரி^{1} ஸ	அமைதியும், ஓய்வும் கொடுக்கக்கூடிய ராகம்.
சாமா சங்கராபரண ஜன்யம்	ஸ ரி^{2} ம^{1} ப த^{2} ஸ் ஸ் த^{2} ப ம^{1} ரி^{2} ஸ	அமைதியும், மேன்மையும் நிறைந்த சாந்தமான ராகம். மனச்சோர்வை நீக்கி உற்சாகம் தரும். மனக்கவலைகள், தோல்வி உணர்வைக் களையும்.

சாவேரி மாயா மாளவ கௌள ஜன்யம்	ஸ ரி^{1} ம^1 த^1 ஸ் ஸ நி^{2} த^1 ப ம^2 க^2 ரி^{1} ஸ	உணர்ச்சிமிக்க நடுப்பகல் ராகம்.
சங்கராபரணம் மேளகர்த்தா ராகம்.	ஸ ரி^{2} க^2 ம^1 ப த^2 நி^{2} ஸ் ஸ் நி^{2} த^2 ப ம^2 க^2 ரி^{2} ஸ	கம்பீரமான சம்பூர்ண ராகம். இதய நோய்க்கும், மனநலம் குன்றியவர்களுக்கும் நிவாரணம் கொடுக்கும் ராகம்.
சாரங்க ஹிந்துஸ்தானி ராகம்	நி ஸ ரி^{1} ம^2 ப நி^{2} ஸ் ஸ நி^{2} த^2 ப ம^2 க^2 ரி^{2} ஸ	முன்பகல் ராகமான இது, வலிப்பு நோய்க்கு நிவாரணம் தரக்கூடியது.
ஸ்ரீ ரஞ்சனி கரகரப்பிரியா ஜன்யம்	ஸ ரி^{2} க^1 த^2 நி^{1} ஸ் ஸ் நி^{1} த^2 ம^1 க^1 ரி^{2} ஸ	பக்திப் பரவசத்தை ஏற்படுத்தக்கூடிய உற்சாகமான ராகம்.
சுபபந்துவராளி மேளகர்த்தா ராகம்	ஸ ரி^{1} க^1 ம^2 ப த^1 நி^{2} ஸ் ஸ் நி^{2} த^1 ம^1 க^1 ரி^{2} ஸ	பக்தி ரசம் ததும்பும் ராகம். ராகத்தின் லயமும், மனிதனின் இதயத்துடிப்பின் லயமும், ஒன்றுக்கொன்று ஒத்துப்போகிற விந்தையை இந்த ராகத்தில் காணலாம்.
சுபோதினி கரஹப்ரிய ஜன்யம்	ஸ ரி^{2} ஸ ம^1 ப நி^{1} த^2 ஸ் ஸ் த^2 ப ம^1 ரி^{2} ஸ	மனத்தில் களிப்பையும், உல்லாசத்தையும் ஏற்படுத்தி, மோன நிலைக்குக் கொண்டுபோகிற ராகம். கற்பனை செய்யவும், அமைதியாக ஓய்வு எடுக்கவும் உதவும் ராகம்.

சுத்ததன்யாஸி தோடி ஜன்யம்	ஸ க^{1} ம^{1} ப நி^{1} ஸ் ஸ் நி^{2} ப ம^{1} க^{1} ஸ	அழகான உணர்வுகளை வெளிப்படுத்தும் ராகம். ஆர்வமும் துரிதமும் சேர்ந்தது.
சுத்த ஸாவேரி சங்கராபரணம் ஜன்யம்	ஸ ரி^{2} ம^{1} ப த^{2} ஸ் ஸ் த^{2} ப ம^{1} ரி^{2} ஸ	பக்தி, அழகு, நகைச்சுவை உணர்வுகளைக் கொடுக்கும் ராகம்.
சுநாத விநோதினி கல்யாணி	ஸ் க^{2} ம^{2} த^{2} நி^{2} ஸ் ஸ் நி^{2} த^{2} ம^{2} க^{2} ஸ	கம்பீரமான ராகம். ஆர்வத்தையும், உற்சாகத்தையும் ஏற்படுத்தும் ராகம்.
திலங் சூரியகாந்தம் ஜன்யம்	ஸ க^{2} ம^{1} ப நி^{2} ஸ் ஸ் நி^{2} ப ம^{1} க^{2} ஸ	ஆர்வம், மகிழ்ச்சி, பயம்,மோனநிலையை உருவாக்கும் ராகம்.
தோடி மேளகர்த்தா ராகம்	ஸ ரி^{1} க^{1} ம^{1} ப த^{1} நி^{1} ஸ் ஸ் நி^{1} த^{1} ப ம^{1} க^{1} ரி^{1} ஸ	மாலை வேளையின் அழகையும், சூழ்நிலையைச் சித்திரிக்கும் ராகம். ஒலி அலைகளாகப் பாய்ந்து வரும் அவரோகணப் பிரயோகங்கள், ரத்த ஓட்டத்துக்கு உதவியாக அமைகின்றன. உயர் ரத்த அழுத்தம் இயல்பு நிலைக்கு வரவும், மனக் குழப்பமும், வெறியும் அடங்க இந்த ராகம் சிறந்தது.

ரிஷபப்பிரியா	ஸ க^{2} ம^{2} ப நி^{1} ஸ் ஸ் த^{1} ப ம^{2} க^{2} ரி^{2} ஸ	மன நோயால் பசி இல்லாமைக்கும், குடல் பாதிப்பு களுக்கும் இந்த ராகம் நல்ல பலனைத் தரும்.
சிம்மேந்ர மத்யமம் மேளகர்த்தா ராகம்	ஸ ரி^{2} க^{1} ம^{2} ப த^{1} நி^{2} ஸ் ஸ் நி^{2} த^{1} ம^{2} க^{1} ரி^{2} ஸ	பக்தி, மகிழ்ச்சி, அமைதியையும் கொடும் கம்பீர ராகம். மனத்துக்கும் உடலுக்கும் ஓய்வு தரும்.
சிந்து பைரவி நட பைரவி ஜன்யம்	ஸ க^{1} ரி^{2} க^{1} ம^{1} த^{1} நி^{1} ஸ் ஸ நி^{1} த^{1} ம^{1} க^{1} ரி^{2} க^{1} ஸ	அழகான உணர்ச்சிமயமான ராகம்.
சோஹனி	- - - - -	தலைவலியைப் போக்கும் ராகம். உணர்ச்சிவசப்பட வைத்து, கண்ணீரை வரவழைக்கும் ராகம்.
ஸ்ரீ கரஹரப்ரியா ஜன்யம்	ஸ ரி^{2} ம^{1} ப நி^{1} ஸ் ஸ நி^{1} ப த^{2} நி^{1} ம க^{1} ரி^{2} ஸ	பசியின்மை, ஆஸ்துமா, கபம், சளி போன்ற தொந்தரவுகளுக்கு நிவாரணம் தரும் ராகம்.
சாரங்கா கல்யாணி ஜன்யம்	ஸ ரி^{2} க^{2} ம^{2} ப த^{2} நி^{2} ஸ் ஸ நி^{2} த^{2} ப ம^{2} க^{2} ரி^{2} ஸ	பித்த தோஷத்துக்கு நிவாரணம் தரும் ராகம்.

செஞ்சுருட்டி ஹரிகாம்போஜி ஜன்யம்	த ஸ ரி^{2} க^{2} ம^{1} ப த^{2} நி^{2} ஸ்	கர்நாடக சங்கீதத்தின் சுத்தமான, மேன்மையான ராகம். சாந்தம், அமைதியைக் கொடுக்கும்.
ஷண்முகப்ரியா மேளகர்த்தா ராகம்	ஸ ரி^{2} க^{1} ம^{2} ப த^{1} நி^{1} ஸ் ஸ் நி^{1} த^{1} ப ம^{2} த^{1} நி^{2} ஸ	கம்பீரத்தைத் தூண்டும் துரிதமும், பரபரப்பும் நிறைந்த ராகம், மனதை நல்ல வழியில் தூண்டிவிடும் ராகம்.
சிவரஞ்சனி தர்மவதி ஜன்யம்	ஸ ரி^{2} க^{1} ப த^{2} ஸ் ஸ் த^{2} ப க^{1} ரி^{2} ஸ	நடுப்பகல் ராகமான இது, அறிவு சார்ந்த எண்ணங் களைத் தூண்டும் ராகம். அறிவாற்றலை அதிகரிக்கக் கூடியது.
வாசஸ்பதி மேளகர்த்தா ராகம்	ஸ ரி^{2} க^{2} ம^{2} ப த^{2} நி^{1} ஸ் ஸ் நி^{1} த^{2} ப ம^{2} க^{2} ரி^{2} ரி^{2} ஸ	கம்பீரமான, பக்தி நிறைந்த ராகம். மனத்தை வருடிக் கொடுக்கும் மென்மை நிறைந்தது.
வசந்தா சூரியகாந்தம் ஜன்யம்	ஸ ம^{1} க^{1} ம^{1} த^{2} ப ம^{2} க^{2} ரி^{2} ஸ	மாலை நேர உணர்வுகளையும், உணர்ச்சிகளையும் வெளிப்படுத்தும் ராகம். வாதப் பிரச்னைகள், ரத்த அழுத்தம், வாயுத் தொல்லைக்கு நிவாரணம் கொடுக்கும்.
யமுனா கல்யாணி ஜன்யம்	ஸ ரி^{2} க^{2} ம^{2} ப த^{2} ஸ் ஸ த^{2} ப ம^{2} ப க^{2} ரி^{2} ஸ	பக்தி, ஆர்வம், அமைதி ஆகிய உணர்ச்சிகள் நிறைந்த ராகம். மனத்தெளிவையும் ஓய்வையும் கொடுக்கும்.

குறிப்பு

1. கொடுத்துள்ள அட்டவணையில் ராக சிகிச்சையின் எல்லா ராகங்களும் அடங்கி உள்ளது என்று சொல்ல முடியாது. ஏராளமான ராகங்கள், சிகிச்சை ராகங்களாக உள்ளன. ஒவ்வொரு ராகத்துக்கும் ஒரு சக்தி உள்ளது. ஒவ்வொன்றுக்கும் ஒரு சிகிச்சைக் குணம் உள்ளது. ஆராய்ச்சிக்கு எடுத்துக்கொள்ள ஒரு ராக சிகிச்சைக் குழு அவசியம்.

2. நாட்டிய சாஸ்திரத்தில் நவரசங்களாகக் காட்டப்படும் காதல், அன்பு, மகிழ்ச்சி, காருண்யம், ருத்ரம், துணிவு, பயம், வெறுப்பு, ஆச்சரியம் மற்றும் அமைதியை ராகங்களிலும் உணர முடியும்.

3. ஒவ்வொரு ஸ்வர வரிசையில் முதல் மற்றும் எட்டாவது ஸ்வரத்தைப் (ஸஸ், பப், பப்) பாடும்போது உணர்ச்சிவசப்பட நேரிடும். அதைத் தொடர்ந்து சீரான மனத்தெளிவும், அமைதியும் கிடைக்கும். சுத்த ரிஷபமும் சுத்த தைவதமும் ரித என்று பாடும்போது தெளிவாகவும், சுத்த காந்தாரம்-சுத்த நிஷாதம் பாடும்போதும் வேறுபடும். பிணக்கும் அந்தரகாந்தாரம் கைசிகி நிஷாதம் சேரும்போது ஆராய்ந்து நோக்கும் அறிவும், சுத்த மத்யமம் நம்பிக்கை உணர்வையும், ப்ரிதி மத்யமம் தன்னிரக்கமும், பிரதிமத்யமம், சதுஸ்ருதி தைவதம் சேரும்போது துக்கமான, ஏமாந்த உணர்ச்சிகளையும் கொடுக்கின்றன.

4. ஸ்வராவளியில் முதல் நான்கு ஸ்வர ஸ்தானங்கள் (ஸரிகம) நம் புலன்களைக் குறிக்கின்றன. அடுத்த நாலு ஸ்வர ஸ்தானங்கள் (ஸநிதப) அறிவு நிலையைக் குறிக்கின்றன.

5. மேல் ஸ்வரங்களைப் பிரயோகப்படுத்தும்போது ஆவேசம், ஆர்வம், கிளர்ச்சி போன்ற உணர்ச்சிகளை ராகம் வெளிப்படுத்துகிறது.

6. சம்பூர்ண எட்டு ஸ்வரங்கள் உடைய இசையால் மன அமைதியும், அமைதியால் ஆராயும் தன்மையும், ஆராய்ச்சியால் அறிவுப் பெருக்கமும் ஏற்படும்.

7. ஆரோஹண, அவரோஹண அமைப்பில் ஸ்வர வேறுபாடுகள் (ஆரோஹணத்தில் சுத்தரிஷபம், அவரோஹணத்தில் சதுஸ்ருதி ரிஷபம்) என்பது போன்ற பல மாறுபாடுகள் அமைந்தும் ராகங்கள் இருக்கின்றன. நல்ல பயிற்சியால் அந்த ராகங்களை நன்றாகப் பாட முடியும்.

Printed by Libri Plureos GmbH in Hamburg,
Germany

9 788184 933208